વજુ કોટક

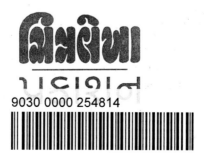

ચિત્રલેખા
પ્રકાશન

BUDDHINA BRAHMCHARI
Collection of Humorous Articles by Vaju Kotak
2015
ISBN : 978-81-931744-0-1

© મધુરી કોટક

પ્રથમ આવૃત્તિ : ૧૯૪૮	પાંચમી આવૃત્તિ : ૧૯૮૪
બીજી આવૃત્તિ : ૧૯૬૪	છઠ્ઠી આવૃત્તિ : ૧૯૯૧
ત્રીજી આવૃત્તિ : ૧૯૬૮	સાતમી આવૃત્તિ : ૨૦૧૫
ચોથી આવૃત્તિ : ૧૯૭૨	

મુખપૃષ્ઠ
દેવેન્દ્ર બંતપેલ્લીવાર (સૌજન્ય ચિત્રલેખા)

₹ ૧૫૦.૦૦

પ્રકાશક

ચિત્રલેખા

૨૫, અંધેરી ઈન્ડસ્ટ્રિયલ એસ્ટેટ, વીરા દેસાઈ રોડ,
અંધેરી (વેસ્ટ) મુંબઈ - ૪૦૦૦૫૩ ફોન : (૯૧-૨૨) ૬૭૩૦૯૮૯૮
chitralekha.com/books
books@chitralekha.com

ટાઇપ સેટિંગ

અપુર્વ આશર

મુદ્રક

યુનિક ઓફસેટ, અમદાવાદ

મુખ્ય વિક્રેતા

નવભારત સાહિત્ય મંદિર
જૈન દેરાસર પાસે, ગાંધી રોડ, અમદાવાદ-૧ ફોન : (૦૭૯) ૨૨૧૩૯૨૫૩, ૨૨૧૩૨૯૨૧
૨૦૨, પૅલિકન હાઉસ, આશ્રમ રોડ, અમદાવાદ-૯ ફોન : (૦૭૯) ૨૬૫૮૩૭૮૭, ૨૬૫૮૦૩૬૫
E-mail : info@navbharatonline.com Web : www.navbharatonline.com
fb.com/NavbharatSahityaMandir

ટોયકા બીજા માળે, ઈન્દ્રપ્રસ્થ કૉર્પોરેટ હાઉસ, શૅલ પેટ્રોલ પંપ સામે,
વિનસ એટલાન્ટિસ સામે, ૧૦૦ ફૂટ પ્રહ્લાદનગર ગાર્ડન રોડ,
અમદાવાદ ફોન : (૦૭૯) ૬૬૧૭૦૨૬૫ મો. ૯૮૭૯૧ ૧૦૬૫૦

અર્પણ...

શ્રી વૃજલાલ
જમનાદાસ
રાડિયાને.
વ્યવહારિક
દૃષ્ટિએ
બનેલી
બન્યા
પછી
એક
ભાઈ
અને
મિત્ર
બનીને
રહ્યા.

મુક્ત હાસ્ય

હાસ્ય, વિનોદ અને કટાક્ષ આ ત્રણ વસ્તુના પાયા ઉપર બુદ્ધિના બ્રહ્મચારીની ઈમારત ઊભી કરવામાં આવી છે. આ ઈમારતના દરેક ખંડની દીવાલો હાસ્યના ગુલાબી રંગથી રંગવામાં આવી છે.

જીવનના પ્રસંગો ઉપર જો આપણે ગંભીરપણે વિચાર કરીશું તો એ પ્રસંગો મહાન પહાડ જેવા બનીને આપણી માથે ચડી બેસે છે અને આપણને વગર કારણે ગંભીર બનાવી દે છે. કહેવાય છે કે કુદરત તો સદા આનંદથી ભરપૂર છે તો પછી જીવન શા માટે નહીં ?

પરમ આનંદને ઓળખવા માટે કુદરતે શરૂઆતમાં જ આપણા મુખમાં રૂદન મૂક્યું છે. રૂદનનો પહેલો પાઠ શીખવીને કુદરતે આજ્ઞા કરી છે કે, 'ઓ માનવી ! તેં રડતાં રડતાં આ જગતમાં પ્રવેશ કર્યો છે. શા માટે ? કે જેથી તને ખબર પડે કે મુક્ત હાસ્ય શું છે ! હવે એવી જિંદગી શરૂ કર કે તને ચારે બાજુ આનંદ દેખાય. તું રડતાં રડતાં દાખલ થયો છે અને હસતાં હસતાં વિદાય લેજે.'

જિંદગીમાં દુઃખ જ છે એવું જો માનતા હશો તો ચારેબાજુ દુઃખ જ દેખાશે, પણ આ દુઃખની પાછળ આનંદના ફુવારા ઊડી રહ્યા છે એ દૃષ્ટિ ઘણા ઓછા માણસોએ કેળવેલી

હોય છે. ખરી રીતે તો આંસુઓના ચમકારમાં જ ચેતનનો આનંદ છુપાયેલો છે. આ આનંદ શોધવા માટે દૃષ્ટિ કેળવવી પડે છે અને જેને આવી દૃષ્ટિ મળે છે એને માટે જીવન સદા હસતું રહે છે. દુઃખની સામે હસતા માણસો જ જીવન જીવવાની કળા પ્રાપ્ત કરી શકે છે. જન્મ અને મૃત્યુ વચ્ચેનો જે કાળ છે એને હું એક વિરાટ હાસ્ય ગણું છું. આ હાસ્યને ઓળખવાનો મેં જરા પ્રયત્ન કર્યો છે. પુસ્તક વાંચતી વખતે ગંભીરમાં ગંભીર માણસ જો એક વખત હસશે તો હું માનીશ કે મારો પ્રયત્ન સફળ થયો છે.

— વજુ કોટક

અનુક્રમ

સાથે જન્મેલા માનવીને, હસતાં હસતાં જીવવાની કલા શીખવી, માર્મિક કટાક્ષો દ્વારા સંસારના અનેક પ્રશ્નોને હળવે હાથે અને ભારે મુખે રસમય શૈલીમાં રજૂ કરતા નવા જ પ્રકારનો અનોખો હાસ્યરસિક સંગ્રહ :

લેખકનાં પુસ્તકો

૧ કાકાનો વારસો

જીવનમાં ત્રણ વસ્તુઓને હું આફત સમાન ગણું છું; એક તો વિચિત્ર સ્વભાવની સ્ત્રી, બીજું વારંવાર શેઠની સામે ચિડાઈ પડતો નોકર અને ત્રીજું અનિયમિત ચાલતું ઘડિયાળ!

સ્ત્રી અને નોકરની તો મને ચિંતા નથી, કારણ કે બંનેમાંથી કોઈનું આગમન થયું નથી. મારા ઘરનો નોકર હું છું અને શેઠ પણ હું છું. આ ઉપરથી એવું ખોટું અનુમાન ન બાંધી બેસતા કે ઘરનો ધણી હું છું અને બૈરી પણ હું છું. હું તો મારા ઘડિયાળના ડબ્બાની વાત કરવા માગું છું. ખરેખર તે ડબ્બો જ છે. ઘણા માણસો બહારથી બહુ સારા લાગે છે પણ પરિચયમાં આવતાં ડબ્બા જેવા નીકળી પડે છે, એવો જ મારા ઘડિયાળનો ડબ્બો છે. દેખાવ જોઈને એમ જ લાગે કે બહુ કીમતી વસ્તુ છે પણ એમાં કંઈ ઠેકાણું જ નથી. એક વાગ્યો હોય તો બે વાગ્યા જેવું લાગે અને બે વાગ્યા હોય તો જાણે બાર જ વાગ્યા છે એવું દેખાય. બાર વાગે એના બે કાંટા ભેગા થવા જોઈએ પણ એ તો થતા જ નથી. વખત ખોટો બતાવે છે એ હું ચલાવી લઉં છું, કારણ કે એના સ્વભાવથી હું ટેવાઈ ગયો છું પણ જ્યારેત્યારે એમાં જે એલાર્મ વાગી ઊઠે છે એ બહુ જ ભયંકર છે.

એલાર્મની ચાવી મેં બંધ કરી હતી છતાં પણ ગઈ કાલે રાત્રે બે વખત વાગ્યું અને મારું માથું ભમી ગયું. એની મરજીમાં આવે ત્યારે એલાર્મ વાગે છે અને ઘરની શાંતિનો ભંગ થાય છે. રાત્રે બે વખત તો તે વાગી ઊઠ્યું પણ જ્યારે ત્રીજી વખત વાગ્યું કે તરત જ હું મનમાં ગાળો સુણાવતો ઊભો થયો અને બંધ કરવા પ્રયત્ન કર્યો પણ થાય જ નહીં. રાતના ત્રણ વાગેલા અને ધમાલ મચી

રહી. શું કરવું એની સૂઝ ન પડે. બે હાથમાં દાબી રાખ્યું. ટેબલ ઉપર ગુસ્સામાં જરા પછાડ્યું. આડાઅવળા કાંટા ફેરવ્યા, પાણીની ડોલમાં બોળ્યું પણ એ તો તરત જન્મેલા બાળકની જેમ ચીસો પાડ્યા જ કરે.

બાજુની ઓરડીમાં રહેતા ગોવિંદભાઈ આંખો ચોળતા ધૂંવાંપૂંવાં થતા આવ્યા અને બોલ્યા, 'તેં શું રમત માંડી છે? નથી તું સૂતો કે નથી અમને નિરાંતે સૂવા દેતો. આ ત્રીજી વખત તારું ડબલું વાગે છે.'

'પણ કાકા બંધ થતું જ નથી, શું કરું?'

ગોવિંદભાઈ કંઈ બોલે એ પહેલાં તો બીજા પાડોશીઓ ગરમાગરમ બનીને આવ્યા અને મારી ઓરડીમાં દાખલ થતાં તાડૂકી ઊઠ્યા:

'મિસ્ટર, તમે તો અમારું લોહી પી ગયા. એલાર્મ વગાડવા સિવાય બીજો કંઈ ધંધો છે કે નહીં?'

ડબલાનો કકળાટ ચાલુ હતો. બે હાથમાં જરા વધુ દાબતાં મેં લાચારીથી ઊંચે સાદે કહ્યું:

'પણ હું શું કરું? બંધ થતું જ નથી.'

કોઈએ જવાબ આપ્યો, 'બંધ ન થાય તો ચૂલામાં ફેંકી દો, પણ અમને શા માટે હેરાન કરો છો? શું અમે કંઈ તમારી સાથે દુશ્મનાવટ બાંધી છે?'

ત્યાં તો કંકુ ડોશી ટાઢમાં ધ્રૂજતાં ધ્રૂજતાં ડગડગ કરતાં આવ્યાં અને દાંત વિનાના એના મુખમાંથી કંકુ જેવા શબ્દો નીકળ્યા:

'મારા રોયા, જરા આંખ બંધ થઈ ત્યાં તેં આ ડબલું વગાડ્યું! નખ્ખોદ જાય તારું.'

એલાર્મ ચાલુ હતું. મેં કહ્યું, 'માજી, મારું તો ક્યારનુંયે નખ્ખોદ નીકળી ગયું છે. શું કરું? બંધ થતું જ નથી.'

'બંધ ન થતું હોય તો માથે ગોદડું ઢાંકી દે.' માજી બોલ્યાં.

વાત મને ગમી: મેં ઘડિયાળ ઉપર તપેલું ઢાંક્યું અને માથે ગોદડું નાખ્યું. અવાજ હવે સંભળાતો ન હતો. પોલીસ જેવા મારા પાડોશીઓ શાંત થઈ ગયા અને જતાં જતાં માજીએ કહ્યું:

'એટલે જ આવાં તોફાન તને મોડી રાતે સૂઝે છે.'

'પણ એમાં લગનને શું લાગેવળગે?'

'મને એકલો મળજે એટલે બધું સમજાવીશ.'

કંકુ ડોશી હસતાં હસતાં ચાલ્યાં ગયાં. જતાં જતાં ગોવિંદજીએ કહ્યું:

'જો આના ઉપરથી ગોદડું ઉઠાવતો નહીં.'

ત્રીજાએ કહ્યું, 'જો હવે તારું નગારું વાગ્યું છે તો હું આ લાકડીથી તારું માથું જ ફોડી નાખીશ.'

બધાં ચાલ્યાં ગયાં અને પેલા ગોદડા નીચે ઢંકાઈને પડેલા ઘડિયાળને જોઈ રહ્યો. વિચાર કરવા લાગ્યો કે આ બલા મારે પનારે ક્યાંથી પડી! ઠંડી સખત હતી અને ઓઢવા માટે મારી પાસે બીજું કંઈ હતું નહીં. ટૂંટિયું વાળીને હું સૂતો પણ ટાઢ કહે મારું કામ! કરવું શું? પેલા ડબ્બા ઉપરથી ગોદડું ઉઠાવી લેવાની હિંમત ચાલી નહીં. આમ તો એલાર્મ બંધ પડી ગયું હતું પણ ફરી એ ક્યારે વાગી ઊઠે એનો ભરોસો નહીં.

ઘડિયાળને બહાર ફેંકી દેતાં કે વેચી નાખતાં જીવ ચાલતો ન હતો અને નવું લેવું પોસાય એમ ન હતું. ઇંગ્લાંડની આર્થિક સ્થિતિ કફોડી છે તેમ હમણાં મારે ત્યાં પણ આર્થિક અંધાધૂંધી થઈ ગઈ છે. શરૂઆતમાં તો કોટના દરેક ખિસ્સામાંથી પૈસા નીકળતા પણ હમણાં તો એક ખિસ્સામાંથી ભાગ્યે જ ખર્ચ પૂરતા પૈસા નીકળી આવે છે. દરજી પણ એવો નફ્ફટ મળ્યો કે કોટમાં ચારે બાજુ ખિસ્સાં સીવી નાખ્યાં. ખાલી પડી રહેતાં આ ખિસ્સાંઓ જોઈને મારું હૃદય બળી જાય છે. અને જૂની જાહોજલાલી યાદ આવ્યા કરે છે. એમ થાય છે કે તંગીના સમયમાં બહુ ખિસ્સાંવાળાં કપડાં પહેરવાં ન જોઈએ.

થોડા દિવસ પહેલાં જ એક ધનવાન મિત્ર મને મળેલો અને કહેલું કે, 'પોતે ગમે એટલી પાઘડી આપવા તૈયાર છે, જો ક્યાંય ખાલી ઓરડી કે બ્લૉક મળી જાય તો.' મેં જવાબ આપેલો 'દોસ્ત, ખાલી ઓરડી તો શું પણ આ શહેરમાં તારી બૈરીને જો બાળક આવવાનું હશે તો કોઈ સુવાવડખાનામાં પણ જગ્યા નહીં મળે. આવી ભયંકર આ મુંબઈ શહેરની દશા છે. હા, હું તને વગર પાઘડીએ બીજું કોઈ પણ જાતનું ભાડું લીધા વિના થોડી ખાલી જગ્યા આપી શકું એમ છું.'

'શું?'

મેં કહ્યું, 'જો તારી પાસે પૈસા વધી પડ્યા હોય અને રાખવાની ક્યાંય સગવડ ન હોય તો હમણાં મારાં ખિસ્સાં ખાલી રહે છે. એમાં તારા પૈસા રાખીશ તો મને વાંધો નથી. તું આપણો દોસ્ત છે એટલે તને આવી ઉદાર 'ઑફર' કરું છું; બાકી બીજો કોઈ લાખ રૂપિયા આપે તોપણ હું એક મિનિટ માટે મારાં ખિસ્સાં ન આપું.'

આ સાંભળીને પેલો હસી પડેલો અને મારી વાતને એક કાનેથી સાંભળીને બીજે કાને કાઢી નાખેલી. જે લોકો આપણી વાત, એક કાનેથી સાંભળીને

બીજે કાને કાઢી નાખે છે એ લોકોના બંને કાન વચ્ચે જરૂર સરિયામ રસ્તો હોવો જોઈએ.

આવા વિચાર કરતો હતો ત્યાં ઠંડીનું પ્રમાણ વધ્યું. હવે તો સૂઈ શકાય એવી સ્થિતિ ન હતી. ખીંટી ઉપર ટાંગેલો પૈસા વિનાનો બેકાર કોટ પહેરી લીધો. પણ... પણ... ઠંડી ઊતરે એમ ન હતું. થોડી વાર તો મન મજબૂત કરીને પડી રહ્યો પણ ફરી ઊઠ્યો. શરીરમાં ગરમી આવે એ હેતુથી થોડી ઊઠબેસ ખેંચી કાઢી. પંદરેક મિનિટ રાહત રહી પણ ફરી એની એ જ દશા.

ઓરડી બહાર નીકળ્યો. ચારે બાજુ અંધકાર હતો; શાંતિ હતી. બહાર વરંડામાં કોઈનાં કપડાં સુકાતાં હતાં એ મેં લઈ લીધાં અને જેમતેમ ઓઢીને સૂઈ ગયો. વિચાર કરી નાખેલો કે વહેલો ઊઠીશ અને કોઈને ખબર નહીં પડે એવી રીતે ફરી બહાર મૂકી દઈશ. થોડી વારમાં તો ઊંઘ આવી ગઈ.

પણ શિયાળામાં નિશ્ચય પ્રમાણે વહેલા ઊઠવું એ એક કસોટી છે અને ભલભલા મહાપુરુષો પણ આ કસોટીમાંથી પસાર નથી થઈ શક્યા. ભરઊંઘમાં મારા કાન ઉપર ઘણા માણસોનો અવાજ આવવા માંડ્યો. બહાર કંઈ ધમાલ બોલી રહી હોય એમ મને લાગ્યું. ઊંઘ ઊડી ગઈ પણ આંખો બંધ હતી. હું અવાજ સાંભળતો હતો. બહારથી કંકુ ડોશીના શબ્દો મેં સાંભળ્યા:

'કોણ મારો રોયો ચોર જાગ્યો છે કે મારાં કપડાં ઉઠાવી ગયો. રાતે લેતાં ભૂલી ગઈ કે બસ કોઈ ઉઠાવી ગયું! ચારે બાજુ કળજુગ આવ્યો છે.'

આ સાંભળીને જ મારી આંખ ઊઘડી ગઈ અને જોયું તો મારા શરીર ઉપર બેત્રણ ચણિયા અને એકાદ બે સાડલા પડ્યા હતા. બહાર તો જબ્બર કોલાહલ જામી પડ્યો હતો. કોઈ કહેતું હતું:

'પોલીસમાં ખબર આપવી જોઈએ અને ત્યાં ચોરીની નોંધ કરાવવી જોઈએ.' પેલા ગોવિંદભાઈ બોલ્યા, 'પોલીસને અહીં જ બોલાવો અને જેના ઉપર શંકા હોય એની ઝડતી લો.'

કોઈ બોલ્યું, 'આપણી કૉંગ્રેસ સરકાર જ નબળી છે. આજે આપણા મકાનમાંથી બૈરાંનાં કપડાં ગયાં અને આવતી કાલે કોઈ આપણાં બૈરાં ઉઠાવી જશે તો? આ વાત હસી કાઢવા જેવી નથી. ભાઈઓ, જમાનો બહુ જ બારીક આવ્યો છે.'

જમાનો બારીક હોય કે ન હોય પણ મારી દશા તો ખરેખર બારીક બની ગયેલી. હવે શું કરવું એ વિચારવા લાગ્યો. મને થયું કે ડોશીમાનાં કપડાં છુપાવી દઉં અને રાત્રે બધાં સૂઈ ગયાં હશે ત્યારે હું ફરી પાછાં મૂકી આવીશ પણ ફરી વિચાર આવ્યો કે ના, ના, આવી નાની બાબતમાં વળી ગભરાવું શા માટે?

આપણે ક્યાં ચોરી કરવાના ઇરાદાથી કપડાં લીધાં હતાં? હા, ઘરમાં બૈરું હોય અને આવું બન્યું હોય તો જરૂર કોઈને શંકા થાય કે બૈરી માટે મેં ચોરી કરી હશે પણ એવું તો કંઈ છે નહીં. સત્ય હકીકત જણાવવાનો નિશ્ચય કર્યો.

કપડાં લઈને હું બહાર આવ્યો અને કંઈ બોલું એ પહેલાં જ ડોશીમા બોલી ઊઠ્યાં, 'આ રહ્યો ચોર! પોલીસનું નામ સાંભળીને જ ગભરાયો. જોયું? કપડાં તરત જ કાઢી આપ્યાં.'

માજીએ મારા હાથમાંથી કપડાં ઝૂંટવી લીધાં અને બોલ્યાંઃ 'તને આવાં કાળો કામો કરતાં શરમ ન આવી? કંઈ નહીં તો બૈરાંનાં કપડાં લેવાનું સૂઝ્યું? અને તે પણ મારાં જેવી એક ડોશીનાં?'

મેં સહેજ ગુસ્સામાં કહ્યું, 'માજી, વાત સાંભળશો કે બસ, પંજાબ મેલ ચલાવ્યે જ રાખશો?'

અને મેં બધી વાત ન્યાયાધીશ બનીને ઊભેલા પાડોશીઓને કરી અને બધાં હસી પડ્યાં. ડોશીમાએ જતાં જતાં મને કહ્યુંઃ

'આમ બૈરીનાં કપડાં શરીર ઉપર ઢાંકવાથી ટાઢ ઓછી નહીં થાય સમજ્યો? દીકરા હવે લગ્ન કરી લે.'

'પણ આમાં લગનને શું લાગેવળગે?'

'તું મને એકલો જ મળજે એટલે બધું સમજાશે.'

આટલું કહીને હસતાં હસતાં ડોશી ચાલ્યાં ગયાં અને હું મારી ઓરડીમાં આવ્યો. પેલા ઘડિયાળને લીધે મારી કફોડી દશા થઈ એટલે મને એના ઉપર ચીડ ચડી. ગોદડા નીચે ઢંકાયેલા ડબ્બાને હું નીરખી રહ્યો. આ ડબ્બા પાછળ એક નાનકડો ઇતિહાસ છે.

દૂરથી સગા થતા મારે એક કંજૂસ કાકા હતા. પૈસેટકે ઠીક પણ કંઈ બાળક ન હતું. લાંબા સમય સુધી બાળક ન થવાથી કાકીના જીવનમાં ઝંઝાવાત જાગેલો અને એમની મતિની ગતિ ફરવાથી, એ કોઈ બાજુમાં રહેતા કૉલેજિયનની સાથે નાસી ગયેલાં. આમ બન્યા પછી કાકાના જીવનમાં રસ રહ્યો નહીં. હું કાકા પાસે અવારનવાર જતો અને એમની પ્રત્યે ખૂબ પ્રેમ રાખતો હતો. સત્ય જણાવી દેવું જોઈએ કે આ પ્રેમની પાછળ મારો કંઈ સ્વાર્થ હતો. કાકાનો વારસો મને જ મળવાનો હતો એવો અમારો એમની સાથે સંબંધ હતો. એમનો સ્વભાવ હદ બહાર કંજૂસ. કોઈ દિવસ ચાપાણી પાય નહીં પણ તે છતાંયે હું જતો અને મનને મનાવતો કે હમણાં ચાપાણી ન પાય તો કંઈ નહીં, પણ વારસો મળતાં આખી જિંદગી ચાપાણી જ પીવાનાં છે ને!

એક જોશીએ પણ મને એમ કહેલું કે મારી જન્મકુંડળીમાં ગુરુ આઠમે સ્થાને હોવાથી જરૂર વારસો મળશે. આ જાણ્યા પછી મારી કુંડળીમાં ગુરુ ક્યાંય આડોઅવળો ન થઈ જાય એનું હું બહુ ધ્યાન રાખતો. એક વખત ભાવનગર ગયેલો ત્યારે ત્યાંના એક જોશીને મેં કુંડળી આપેલી અને જણાવેલું કે 'હું ભાવનગરમાં લાંબો વખત રોકાઈશ નહીં. મારું ભવિષ્ય મને મુંબઈમાં જ પોસ્ટ કરીને મોકલી આપજો.' આ ભવિષ્યમાં તેણે જણાવેલું કે તમારી કુંડળી ખોટી છે, ગ્રહોના સ્થાનમાં ઘણો ફેરફાર છે. ગુરુ નવમે આવવો જોઈએ.

આ દુઃખદ સમાચાર જાણીને મેં એને કાગળ લખેલો કે 'ભાઈ, તારે બીજા ગ્રહો ફેરવવા હોય તો ફેરવજે, પણ આઠમા સ્થાનમાં પડેલા ગુરુને ત્યાં જ રાખજે, કારણ કે એ જો ત્યાં રહેશે તો વારસો મળવાનો સંભવ છે.' તેણે જવાબ આપેલો કે 'તમારી ઇચ્છા મુજબ નવમા સ્થાનમાં ખસી ગયેલા ગુરુને ફરી આઠમે ગોઠવી દીધો છે. બીજા ગ્રહોની ગોઠવણ અમે અમારી ઇચ્છા પ્રમાણે કરી છે. ગુરુ જેવા ભારે ગ્રહને એક જગ્યાએથી બીજી જગ્યાએ ફેરવતાં અમને ઘણી જ મુશ્કેલી પડી છે અને તેથી એ મહેનતના બદલામાં રૂપિયા દસ બીજા મોકલી આપજો.'

આમ આ ગુરુને ટકાવી રાખવા માટે મેં દસ રૂપિયા પણ બગાડ્યા હતા. આ દસ રૂપિયાના રોકાણમાં બીજા પચીસ-ત્રીસ હજારનો મને ફાયદો છે, એમ મારી ગણતરી હતી.

લડાઈ પહેલાં હું છરી-ચપ્પાનું કારખાનું ચલાવતો હતો અને આ બાબતમાં હું ઊંડું જ્ઞાન ધરાવું છું એ વાતની ખબર જનાબ ઝીણાસાહેબને હતી. દેશના ભાગલા પાડવા માટે કેવી જાતની છરીઓ વાપરવી જોઈએ એની સલાહ માટે મને તેમણે દિલ્હી બોલાવેલો.

અમારા બંને વચ્ચે વાતચીત ચાલતી હતી ત્યાં અમારા ઉપર મહિનામાં પચીસ દિવસ કડકાબાલૂસ રહેતા મિત્રનો તાર આવ્યો; એમાં જણાવ્યું હતું કે,

'ગમે એવા તારા અગત્યના રોકાણને રદ કરીને તું તરત જ મુંબઈ આવ. તારા કાકા, મુંબઈના કોઈ આરોગ્યભુવનની સસ્તામાં સસ્તી છાશ પીવા ગયેલા; એમાં કંઈ ગોટાળો થયો અને ત્રણ કલાકમાં જ આ ફાની દુનિયાનો ત્યાગ કરીને, સ્વર્ગની થર્ડ ક્લાસની ટિકિટ કઢાવીને, લોકલમાં ઊપડી ગયા છે. આ તાર કરવાના પૈસા પણ તેં મને બે દિવસ પહેલાં પહેરવા આપેલો કોટ વેચીને મેળવ્યા છે. હવે કંઈ વાંધો નહીં આવે. આપણા પાસા પોબાર, કાકાએ વિલ કર્યું છે અને તે એમના સૉલિસિટર પાસે છે.

તારની વાત જાણીને મેં ઝીણાસાહેબને કહ્યું:

'જનાબ છૂરીની મદદથી દેશના ભાગલા પાડવાની વાત હમણાં મુલતવી રાખીએ. મારે જેમ બને તેમ જલદી મુંબઈ જવું જોઈએ.'

અને હું મુંબઈ આવ્યો. મારો કોટ વેચીને પણ તાર કર્યો એ માટે મારા મિત્રને મેં ધન્યવાદ આપ્યા. આનંદના આવેશમાં અમે બંને સૉલિસિટરની ઑફિસ તરફ નીકળી પડ્યા. ઑફિસ આવી એટલે મારા દોસ્તે કહ્યું:

'તું ઉપર જા. હું અહીં બાજુની હોટેલમાં એકાદ સિંગલ પીતો બેઠો છું.'

આમ એ નીચે બેઠો અને હું ઑફિસમાં ગયો. સૉલિસિટર મને જાણતા હતા. એમને જોઈને જ મેં મારા ચહેરાના ભાવ બદલી નાખ્યા અને કાકાના અચાનક મૃત્યુથી થયેલા પારાવાર દુઃખનું મેં પ્રદર્શન કર્યું. પછી ચાલાકીથી કાકાના વિલની વાત કાઢી. સૉલિસિટર બોલ્યા:

'તારા કાકાએ મારી હાજરીમાં વીલ કર્યું છે. મરતી વખતે તને ખૂબ યાદ કરતા હતા.'

આ સાંભળીને મારા હૃદયમાં આનંદ ઊભરાયો પણ મેં પ્રગટ ન કર્યો. આઠમે પડેલો ગુરુ યાદ આવ્યો અને એની પાછળ રોકેલા દસ રૂપિયા વસૂલ થઈ ગયા છે એમ મને લાગ્યું. સૉલિસિટર આગળ બોલ્યા:

'તારા ઉપર એનો પ્રેમ અજબ હતો. 'મારો વજુ! મારો વજુ! એમ કહીને વલખાં મારતા હતા.

મેં ગંભીર મુખ રાખીને કહ્યું, 'કરે જ ને! પણ હું એમને અંત સમયે ન મળી શક્યો એનું મને દુઃખ થાય છે. બિચારા ભારે ઉદાર હૃદયના માણસ હતા. મારી પાછળ પૈસા વાપરવામાં તેમણે પાછું વાળીને જોયું ન હતું. એ બિચારા વારંવાર કહેતા કે, વજુ, આ પૈસા બધા તારા જ છે. મારા મરણ પછી તું જ એનો વારસદાર છો.'

મેં ફેંકવા માંડ્યું. મારા અંતરમાં આતુરતા ભરી હતી પણ તે એકદમ પ્રગટ ન કરવી જોઈએ એ વિચારે મેં સૉલિસિટર પાસેથી જ વાત કઢાવવાનો પેંતરો ગોઠવ્યો. તેમણે કહ્યું:

'અરે એના જેવો તો મેં ઉદાર માણસ જોયો જ નથી. બહુ દયાળુ! મરતાં પહેલાં તેણે તારા ઉપર કાગળ લખ્યો છે અને એમાં એની મિલકતની વ્યવસ્થા કેમ કરવી તે બધું જ જણાવ્યું છે.'

'વાહ, એમને માટે કરી છૂટવું એ મારી ફરજ છે. મારાં સિવાય એમનું બીજું કોણ હતું અને છે! લાવો કાગળ.'

સૉલિસિટરે કાગળ આપ્યો. કાકાએ લખ્યું હતું:

'મિલકતની બધી વ્યવસ્થા મેં કરી લીધી છે પણ મારાં લગ્ન થયાં ત્યારે તારી કાકી પિયરમાંથી ઘડિયાળનો ડબ્બો લાવી હતી; ખાસ મારે માટે જ લાવી હતી. આ ડબ્બા પાછળ એનું પ્રિય સ્મરણ છે. હું આ પ્રિય સ્મરણનો વારસો તને સોંપી જાઉં છું. સંભાળીને રાખજે, નિયમિત ચાવી દેજે અને દર રવિવારે રાજાબાઈ ટાવર સાથે એનો ટાઇમ મેળવી લેજે. જીવની જેમ જતન કરજે. કોઈને આપતો નહીં.

એ જ લિ. તારું દીર્ઘાયુ ઇચ્છતો...'

અને... અને આ વાંચીને જ મારું આયુષ્ય મને ટૂંકું થતું લાગ્યું. અત્યાર સુધી મારા હૃદયમાં દુઃખ ન હતું પણ આ પત્રની વિગત જાણ્યા પછી મને આઘાત લાગ્યો, આંખમાં પાણી આવ્યાં આ જોઈને સૉલિસિટરે કહ્યું:

'તમને પણ અજબ લાગણી હતી. મરતી વખતે કાકાને મળ્યા હોત તો સારું હતું પણ શું થાય! એ વિધિના હાથની વાત છે.'

મેં ભારે હૃદયે કહ્યું, 'વિધિના હાથની જ વાત છે, એમના બીજા પૈસાની શું વ્યવસ્થા કરવાની છે. એ વિશે કંઈ એમણે આજ્ઞા આપી છે?'

'હા, એમની પાસે જે ચાળીસ હજાર રૂપિયા હતા એમાંથી તેમણે ભૂલેશ્વરમાં છેલ્લામાં છેલ્લી ઢબના ચાર ચબૂતરા ચણવાનું નક્કી કર્યું છે અને કબૂતરોને ચણ નાખવા માટે દર મહિને મારી પાસેથી પૈસા લઈ જવાના છે.'

આ સાંભળીને હું ગુસ્સામાં મનમાં બોલી ઊઠ્યો:

'ચબૂતરા! પારેવાંને ખાવાનું અને અમને નહીં કેમ? વાહ કાકો!'

દાંત ભીંસીને હું ઊભો થયો કે જતી વખતે સૉલિસિટરે મારા હાથમાં ઘડિયાળનો ડબ્બો મૂક્યો. એની દેખતાં લેવાની કોણ ના પાડે! ડબ્બો લઈને આવ્યો કે પેલાએ મને પૂછ્યું:

'કેમ દોસ્ત, શું મળ્યું? કેટલા હજાર કાકા પાસેથી મળ્યા?'

ગુસ્સામાં મેં જવાબ આપ્યો, 'લે જો, મળ્યો આ ડબ્બો!'

'તું પણ બનાવટ કરે છે, હું નહીં તારામાંથી ભાગ પડાવું.'

મેં તેને કાકાનો કાગળ વંચાવ્યો અને કહ્યું, 'તું મને હમણાં બોલાવતો નહીં. તેં શા માટે મારો રેશમી કોટ વેચી નાખ્યો? મૂરખનો સરદાર નહીં તો!'

'પણ મને શું ખબર કે તને વારસામાં આવો ડબ્બો મળશે! એના પૈસાનું શું થયું?'

મેં તેને ચબૂતરાની વાત કરી અને તે હસી પડ્યો. તેણે હસતાં હસતાં કહ્યું:

'આપણે વારસો ભોગવી શકીએ એવો ઉપાય છે.'

'શું?'

'કોઈ યોગી પુરુષ આપણને કબૂતર બનાવી દે તો જિંદગી સુધી કાકાનો વારસો આપણે ભોગવી શકીએ.'

'જહન્નમમાં જાય તારો ઉપાય! કબૂતર બનતાં પહેલાં હું તો ઉલ્લુ બની ગયો છું!'

આવો વિચિત્ર ઇતિહાસ આ ઘડિયાળના ડબ્બા પાછળ છે. હવે તો કાકીના આ પ્રિય સ્મરણને વેચી નાખવું જોઈએ અને જો એમ નહીં બને તો હું પાડોશમાં અપ્રિય બની જઈશ એવો મને વિચાર આવ્યો.

ગોદડું ખેંચી કાઢ્યું, તપેલું ઉપાડ્યું અને ડબ્બો હાથમાં લીધો કે તરત જ એલાર્મ વાગ્યું! બે હાથ વચ્ચે ક્રોધથી દબાવતો આ ડબ્બાને લઈને હું ઓરડીની બહાર દોડી ગયો. એલાર્મ વાગતું હતું. હું ધડધડ કરતો સીડી ઉપરથી નીચે ઊતરતો હતો ત્યાં કોઈની સાથે અથડાયો. કોણ અથડાયું એની પરવા કર્યા વિના આગળ વધ્યો. પાછળથી અવાજ આવ્યો:

'મારો રોયો, આંધળો થઈને દોડે છે, મને ઘરડી આખીને પાડી નાખી, હજાર વાર કહ્યું કે લગન કરી લે પણ લગન કરતો જ નથી અને હરાયા ઢોરની જેમ જ્યાંત્યાં અથડાતો ફરે છે!'

* * *

૨ 'છોકરી ગુમ થઈ છે'

હાથમાં ઘડિયાળનો ડબ્બો લઈને આવ્યો કે મેં મારા મિત્ર કડકાબાલૂસને પસાર થતો જોયો. જાણે કંઈ લૂંટાઈ જતું હોય એવી એની ચાલ હતી. બૂમ પાડીને મેં એને ઊભો રાખ્યો. કપાળ ઉપરથી પરસેવો લૂછતાં તેણે કહ્યું:

'યાર, તું પણ નંગ છો. શિકાર હાથમાંથી ચાલ્યો જાય છે. હું તારી પાસે એક મિનિટ પણ રોકાઈ શકું એમ નથી. જિંદગીમાં એક જ વખત ચાન્સ મળે છે.'

'પણ છે શું?'

તેણે મારા હાથમાં છાપું મૂક્યું અને એક જાહેરાત દેખાડતાં કહ્યું, 'વાંચ એટલે તને ખબર પડે કે હું કેવા ગંભીર કામે નીકળ્યો છું. આ બહેનને મારે પકડવાં છે.'

મેં જાહેરાત વાંચી; 'છોકરી ગુમ થઈ છે' એવું મથાળું હતું. અંદર છોકરીનો ફોટો હતો અને શોધી લાવનારને રૂપિયા ત્રણ હજારનું ઇનામ જાહેર કરવામાં આવ્યું હતું. મેં કહ્યું, 'પણ આપણે શા માટે પંચાત કરવી?'

'વાહ, રૂપિયા ત્રણ હજારની વાત છે. તું મને બહુ વાત ન કરાવ. પત્તો લાગી ગયો છે. એ હમણાં જ અહીંથી પસાર થઈ છે અને બાજુની ગલીમાં વળી ગઈ છે. તું મારી સાથે ચાલ. આમાં તારી મદદની પણ જરૂર છે. આ બાબતમાં આપણી ભાગીદારી—આખું વરસ સુધરી જાય એવી આ તક છે.'

'પણ હું તો આ ડબ્બો વેચવા નીકળ્યો છું.'

'તું હમણાં એ કામને પડતું મૂકીશ; પહેલાં આપણે જીવતા ડબ્બાને પકડી પાડીએ, દીકરા, બેડો પાર છે. ચાલ ઉતાવળ કર.'

કડકાઈના જમાનામાં ભવિષ્ય મને ઊજળું દેખાયું અને મેં એની ભાગીદારીનો

સ્વીકાર કર્યો. છૂપી પોલીસના જાણે અમલદારો હોઈએ એવી છટાથી અમે આગળ વધ્યા. બાજુની ગલીમાં જતાં જ અમે છોકરીને ઉતાવળે પગલે આગળ વધતાં જોઈ. અમારા સદ્ભાગ્યે મારા ઘડિયાળનું એલાર્મ બંધ થઈ ગયું હતું. અમે ગતિ વધારી અને મેં એનું મુખ જોઈ લીધું; ફરી છાપામાં જોયું અને ફોટા સાથે સરખાવ્યું. બરાબર એ જ છોકરી હતી કે જેના માટે ઇનામ જાહેર કરવામાં આવ્યું હતું. મેં કહ્યું:

'પણ એને પકડવી કેવી રીતે? છોકરી છે બહુ રૂપાળી અને રસ્તા ઉપર જો એનું કાંડું પકડીશું અને તે બૂમાબૂમ કરશે તો આપણું આવી બન્યું સમજવું. વગર જાણ્યે શરૂઆતમાં જ રસ્તા ઉપરના માણસો આપણને પીટી નાખશે.'

'મને પણ એ જ પ્રશ્ન મૂંઝવી રહ્યો છે. જોઈએ તો ખરા કે એ ક્યાં જાય છે?'

અમે છોકરીની પાછળ ચાલ્યા. થોડી વારમાં એ ઊભી રહી અને આસપાસ જોવા લાગી. રસ્તે પસાર થતાં માણસને એ ટીકી-ટીકીને નીરખી રહી હતી. અમે પણ એક ખૂણામાં ઊભા રહ્યા. મારા મિત્રે કહ્યું:

'જોયું? દાળમાં કંઈ કાળું છે. હાથમાંથી છટકી ન જાય એ ધ્યાનમાં રાખવાનું છે.'

મેં પૂછ્યું, 'આજકાલ છાપામાં માણસો ગુમ થઈ જાય છે, એવી જાહેરાતો ખૂબ આવે છે એનું શું કારણ?'

'દોસ્ત, એમાં કારણ કંઈ પૂછવા જેવું નથી. જીવનમાં એવી પળો આવે છે કે ભલભલા માણસો ગુમ થઈ જાય છે. અરે! જો પેલી ચાલી!'

છોકરી આગળ વધી અને અમે પાછળ ચાલ્યા. એને કેમ પકડી પાડવી એ પ્રશ્ન અમને મૂંઝવતો હતો પણ એવામાં તો એ પાસે આવેલી હોટેલમાં ગઈ. મેં કહ્યું:

'હવે વાંધો નથી. કામ સરળ થઈ જશે. આજે આપણા ગ્રહ કંઈક સારા લાગે છે.'

'મને પણ એમ લાગે છે. તેં સવારમાં કોનું મોઢું જોયું હતું?'

'સવારની તો વાત જ છોડી દે.'

અમે બંને હોટેલમાં દાખલ થયા. પેલી છોકરી જે ટેબલ પાસે બેઠી હતી એની સામે જ અમે બેઠા. છોકરી અમને જોઈ રહી. મેં કહ્યું:

'આપણને જુએ છે. શંકા તો નહીં આવી હોય ને?'

'ના, ના, એ તો હોટેલમાં એવું બન્યા જ કરે છે, છોકરી છોકરાને જુએ છે અને છોકરો છોકરીને નીરખી લે છે. સારું પાત્ર હોય તો વારંવાર જોવામાં આવે છે. આ તો બહુ કુદરતી વસ્તુ છે, એમાં ગભરાવા જેવું કંઈ નથી.'

હું ગભરાતો નથી પણ કરવું શું? આપણને ટીકીટીકીને જોઈ રહી છે. છોકરી ખરેખર ફાંકડી છે, ગુમ થઈ જાય એમાં કંઈ નવાઈ જેવું નથી.'

દોસ્તે જવાબ આપ્યો, 'મને લાગે છે કે તારા હૃદયના ધબકારા હવે ગુમ થવા લાગ્યા છે. જો, આપણે લયલામજનૂનો ખેલ નથી ભજવવો સમજ્યો! આ તો ચોખ્ખી બિઝનેસની વાત છે. એને પકડીને આપણે એનાં માબાપને જ સોંપી દેવાની છે. અને રૂપિયા ત્રણ હજાર લઈ લેવાના છે. બીજી કંઈ ખટપટ કરતો નહીં.'

મેં કહ્યું, 'ખટપટ કરવી પોસાય એમ નથી, કારણ કે આજકાલ કેવી તંગી છે એ તો તું જાણે છે. વિશ્વાસ રાખ, કાંઈ વાંધો નહીં આવે.'

છોકરી હોટેલમાં બેઠેલા દરેક માણસને જોવા લાગી. મિત્રે મને કહ્યું:

'હવે જો એ તારી સામે જુએ તો તું જરા હસજે.'

'કેમ?'

'એ બધી માનસશાસ્ત્રની વાત છે. તું નહીં સમજે. તું હસીશ એટલે તે પણ હસશે અને પછી તો યાર, છોકરીની જાત, હસલી તો ફસલી સમજી ગયો ને?'

'સમજ્યો' આટલું કહીને હું રાહ જોવા લાગ્યો કે તે ક્યારે મારી તરફ જુએ. આખરે તેણે મારી સામે જોયું અને મેં સૂચના પ્રમાણે એની સામે સ્મિત કર્યું. આ જોઈને છોકરી પણ જરા હસી. એના ચહેરા ઉપર સ્મિતની રેખાઓ જેવી ઝબૂકી ઊઠી કે તરત જ મારો મિત્ર ઊઠ્યો અને એની સામે ટેબલ પાસે બેસી ગયો. હું પણ ત્યાં પહોંચી ગયો. અમને એની પાસે આવેલા જોઈને છોકરી ફરી હસી.

મારો મિત્ર બોલ્યો, 'કેમ બહેન, ચા લેશો ને?'

બહેન જવાબ આપે એ પહેલાં જ બાજુમાં ઊભેલા છોકરાને ત્રણ કપ ચાનો હુકમ આપી દીધો. ચા આવી એટલે તેણે મને કે છોકરીને પૂછ્યા વિના થોડો નાસ્તો લાવવાનો પણ હુકમ આપ્યો. છોકરી તો અમને જોઈ જ રહી. મિત્રે શરૂઆત કરી:

'કેમ બહેન, ચા કેવી લાગે છે?'

'સારી લાગે છે. પણ તમે બંને કોણ છો?'

મેં જવાબ આપ્યો, 'અમે બંને તદ્દન ભલા માણસ છીએ, દુ:ખી લોકોના આધાર છીએ, ભાંગ્યાના ભેરુ છીએ અને કોઈને મદદ કરવી એ અમારો મુદ્રાલેખ છે.'

'એમ!' છોકરી બોલી અને તેણે મારા મિત્ર તરફ જોયું. તેણે જવાબ આપ્યો:

'સાચી વાત છે. એ કહે છે એમાં જરા પણ અસત્ય નથી. અમે લોકોએ અમારું જીવન દુ:ખી માણસોના ઉદ્ધાર પાછળ જ સમર્પી દીધું છે. હા. પણ તમે એકલાં કેમ છો? કંઈ દુ:ખ છે?'

છોકરી જવાબ આપે એ પહેલાં મેં પણ પૂછી નાખ્યું:

'તમને કંઈ દુઃખ હોય તો એનો ઉપાય શોધી કાઢવા અમે તૈયાર છીએ. પરણેલાં છો કે કુંવારાં?'

આ સાંભળીને મારો દોસ્ત ચિડાયો અને મારા કાનમાં કહ્યું, 'તું કંઈ બફાટ કરતો નહીં. મામલો નાજુક છે. કેમ કામ લેવું એ હું જાણું છું, તું મૂંગો મર.' પછી તેણે છોકરીને કહ્યું:

'માઠું ન લગાડશો હો. આ મારો દોસ્ત વજુ છે. બિચારાના મગજનું કંઈ ઠેકાણું નથી એટલે જેવાતેવા પ્રશ્ન પૂછી નાખે છે. માફ કરજો.'

'માફ કરવા જેવું કંઈ નથી. મગજ ઠેકાણે નથી એ તો દેખાઈ આવે છે.'

'સાચી વાત છે બહેન, તમે આ શહેરમાં અજાણ્યાં લાગો છો, ભૂલાં પડ્યાં હો તો ગભરાશો નહીં. અમે તમને મદદ કરીશું. જો તમારું ઘર હોય તો ત્યાં મૂકી આવીએ. મદદ માટે અમે સદા તૈયાર છીએ. શહેરમાં ચારે બાજુ હુલ્લડ ચાલે છે એટલે મદદની જરૂર પણ પડે.'

છોકરીએ જરા કડક બનીને જવાબ આપ્યો, 'મારું ઘર છે પણ હું ત્યાં જવા નથી માગતી. મરી જઈશ તોપણ નહીં જાઉં.'

કડકાબાલૂસે જવાબ આપ્યો, 'બરાબર છે. ન જ જવું જોઈએ. શા માટે જવું જોઈએ? તમે અમારે ત્યાં આવી શકો છો. અમે બધી વ્યવસ્થા કરીશું.'

છોકરીએ કહ્યું: 'હું આવીશ પણ એક રાતથી વધુ નહીં રોકાઉં. સવારમાં ચાલી જઈશ.'

છોકરી, આવવા તૈયાર થઈ. અમે બંને ખુશ થયા. ચા-પાણી પતાવ્યા પછી છોકરી ઊઠીને ચાલતી થઈ. મારા દોસ્તે મને કહ્યું, 'હું બહાર એની પાસે ઊભો છું. શિકાર હાથમાંથી છટકી ન જાય એ જોઉં છું. તું પૈસા ચૂકવી દેજે.'

આટલું કહીને એ તો બહાર છોકરી પાસે ઊભો રહ્યો અને અહીં મારી સ્થિતિ કફોડી થઈ ગઈ. ખિસ્સામાં એક પાઈ પણ ન હતી. હોટેલનો ધણી મને જોઈ રહ્યો, મેં કહ્યું:

'આપું છું હોં.'

પેલો તો બહાર ઊભો હતો. મેં એને બોલાવ્યો અને કહ્યું:

'યાર, બિલ ચૂકવવાનાં પૈસા નથી. તારી પાસે હોય તો આપી દે.'

'મારી પાસે પૈસા હોત તો હું આવો ધંધો કરત શા માટે? મને એમ કે તારી પાસે છે એટલે તો મેં ચા-પાણી મંગાવ્યાં. તું હોટેલવાળાને સમજાવ. હું જાઉં છું. શિકારનું ધ્યાન રાખું છું.

એ તો ચાલ્યો ગયો. મેં હોટેલવાળાને કહ્યું:

'તમે વિશ્વાસ રાખતા હો તો હું થોડી વારમાં જ પૈસા આપી જઈશ.' જમાનાના ખાધેલા માલિકે જવાબ આપ્યો, 'તમે જે રીતે પેલીને ફસાવી છે એ જોતાં મને તમારો વિશ્વાસ આવતો નથી.'

આ સાંભળીને મારું મગજ તપી ગયું ને કહ્યું, 'ફસાવી છે? મિસ્ટર એ તો અમારી ધર્મની બહેન છે.'

'મને બધી ખબર છે કે તમારી ધર્મની બહેન અને ધર્મના ભાઈઓ કેવા હોય છે તે. મારી હોટેલમાં મેં એવું ઘણું જોયું છે. બહેન બહેન કરતાં તમે જુવાનિયાઓ અહીં દાખલ થાઓ છો અને બહેનને લઈને સીધા ફૅમિલી રૂમમાં જ ઊપડી જાઓ છો, પછી ત્યાં શું થાય છે એ હું કહેવા નથી માગતો. મહેરબાન પૈસા આપી દો. પૈસા ન હોય તો આ ડબ્બો મૂકતા જાઓ. પૈસા ભરી જશો ત્યારે પાછો મળશે.'

મારે તો કોઈ પણ હિસાબે આ ફજેતામાંથી છૂટવું હતું એટલે ઘડિયાળનો ડબ્બો મેં તરત જ આપી દીધો. હોટેલમાં બેઠેલા માણસો હસી પડ્યા. હું બહાર નીકળ્યો કે એક વૃદ્ધ માણસે ટીકા કરી:

'શું જમાનો આવ્યો છે! ઊડતાં પંખીને પાડે એવા છોકરાઓ પાક્યા છે. હમણાં વાત થઈ અને છોકરીને લઈને ચાલતા થયા, અજબ દુનિયા છે!'

ગામને મોઢે કંઈ ગળણું થોડુંક જ બંધાય છે. એ કહેવતને યાદ કરતો હું બહાર આવ્યો. અમે આગળ વધ્યા. છોકરી શાંત હતી. એક શબ્દ પણ બોલતી ન હતી, ઘડીમાં આકાશ સામે તો ઘડીકમાં આસપાસનાં મકાનો તરફ નજર ફેંકતી એ ચાલતી હતી. મેં મારા મિત્રને કહ્યું, 'આ છોકરીને આપણે ક્યાં લઈ જઈશું?'

'અત્યારે તો તારે ઘરે લઈ જઈએ. ત્યાં એને રાખીશું અને હું એના બાપાને બોલાવી લાવીશ.' ઘણી જ ધીમેથી તેણે મારા કાનમાં આ વાત કરી. મેં કહ્યું:

'ભલે મને વાંધો નથી પણ તું જલદી આવજે. કોઈની છોકરીને હું આખી રાત મારે ઘેર રાખવા માગતો નથી. આપણે રહ્યા એકલા માણસ, ચાલમાં રહેવું અને તું જાણે છે કે કેવા કેવા નમૂનાઓ આપણી આસપાસ રહે છે.'

'કંઈ હરકત નહીં આવે. તું એને લઈ જા. હું જાઉં છું.'

એ ચાલ્યો ગયો અને છોકરીને હું મારી ઓરડી ઉપર લઈ આવ્યો. મેં એને કહ્યું:

'આ મારું ઘર છે. તમને અહીં ફાવશે?'

આસપાસ જોતાં તેણે જવાબ આપ્યો.' 'જરૂર ફાવશે. ઓરડી ઘણી સારી

છે. પણ તમારું મગજ ખરાબ છે એ જાણીને મને દુઃખ થયું છે.'

એક યુવાન અને ખૂબસૂરત છોકરીના મુખમાંથી મારા વિશેનો આ અભિપ્રાય સાંભળીને હું મનમાં સમસમી રહ્યો. મેં મનને મનાવ્યું કે 'ભલેને તે આપણા માટે ગમે એવો અભિપ્રાય ધરાવે. આપણે ક્યાં સ્વયંવરમાં પાસ થવું છે?' મેં કહ્યું:

'હા મારા મિત્રનું એવું માનવું છે મારું મગજ ખરાબ છે. પણ ખરી રીતે તો...'

'હું સમજી શકું છું. આપણે પાગલ નથી હોતા, છતાં પણ ઘણા લોકો આપણને ગાંડા ઠરાવી દે છે. તમે પરણેલા છો?'

પ્રશ્ન સાંભળીને હું બે ઘડી મૂંઝાયો અને પછી કહ્યું, 'ના.' છોકરી બારી પાસે ગઈ અને ત્યાંથી આકાશ સામે જોતાં જોતાં તેણે મને કહ્યું:

'હવે મને બધું સમજાય છે, તમારા મગજનું ઠેકાણું નથી એટલે તમને કોણ કન્યા આપે? હું પણ કુંવારી છું.'

મને થયું કે હું સિનેમા જોઈ રહ્યો છું. મેં કંઈ જવાબ ન આપ્યો અને છેલ્લા વાક્ય ઉપર વિચાર કરવા લાગ્યો. બારીમાં ઊભાં ઊભાં મારી તરફ જોયા વિના તેણે કહ્યું:

'મારાં માબાપ મને જેની સાથે પરણાવવા ઇચ્છે છે એને હું મરી જઈશ તોપણ નહીં પરણું.'

'બરાબર છે; ન પરણવું જોઈએ. તમે હવે ઉંમરલાયક છો. તમારી મરજી પડે ત્યાં તમારે લગ્ન કરવાં જોઈએ.'

'તમે લગ્ન કરવા ઇચ્છો છો?'

અને આ પ્રશ્ન મને ખરેખર મૂંઝવી રહ્યો છે. વિચાર કરવા લાગ્યો કે આ છોકરી શું કરવા માગે છે? સીધો પ્રશ્ન પૂછવા પાછળ એનો શો હેતુ હશે એ હું શોધવા લાગ્યો. છોકરી કે છોકરો લગ્ન કરવાની ઇચ્છા ધરાવતાં હોય તોપણ આવો સીધો સવાલ એમને સદા મૂંઝવી નાખે છે. થોડો વખત વિચાર કર્યા પછી મેં જવાબ આપ્યો:

'સંજોગો ઉપર આધાર રાખે છે. હજુ સુધી તો કોઈના પ્રેમમાં પડ્યો નથી.'

'પડતા પણ નહીં, કારણ કે જેના પ્રેમમાં પડીએ છીએ એને આપણે પરણી જ નથી શકતા.'

અને પછી આ છોકરી ગંભીર બની ઊભી રહી. થોડી વાર હું પણ શાંત બેસી રહ્યો. બે-ત્રણ વખત મેં એને બોલાવી પણ તેણે કંઈ જવાબ ન આપ્યો. આકાશ સામે નજર માંડીને ઊભી રહી. એની આ દશા જોઈને હું પણ વિચારમાં પડી ગયો.

એવામાં તો બાજુમાંથી કંકુ ડોશી પસાર થયાં અને ઓરડીમાં નજર નાખીને ચાલતાં થયાં. બીજા પાડોશીઓ પણ આંટા મારીને પસાર થઈ ગયા. હું સમજી ગયો કે દરેકના હૃદયમાં શંકાનાં કબૂતરો ફફડી રહ્યાં છે. આટલાં વર્ષો દરમિયાન મારે ત્યાં કોઈ છોકરી આવી ન હતી અને આજે એક છોકરી બારી પાસે ઊભી રહી છે એ જાણીને પાડોશીઓને નવાઈ લાગે એ પણ સ્વાભાવિક છે. છોકરી મૌન ધારણ કરીને ઊભી રહી અને મને કંટાળો આવવા લાગ્યો. હું મિત્રની રાહ જોવા લાગ્યો. હવે તો જલદી એનાં માબાપને લઈને આવી ચડે તો સારું એવી હું મનમાં પ્રાર્થના કરવા લાગ્યો.

વખત પસાર થવા લાગ્યો પણ પેલી નીચે બેસે જ નહીં. એવામાં તો આખા માળામાં ધમાલ મચી રહી. માણસો દોડાદોડ કરતા હતા. જોયું તો નીચે આવેલી કમરુદ્દીનની જોડાની દુકાન ગુંડાઓએ તોડી નાખેલી અને બિચારાનો માલ લૂંટાતો હતો. નીચે દોડી ગયો અને મારા પાડોશીઓ મરજીમાં ફાવે એવા જોડા વગર સંકોચે લૂંટી રહ્યા હતા. બૈરાંછોકરાં અને પુરુષો સૌ કોઈ જાણે જોડાની ઉજાણી માણી રહ્યાં હોય એવું વાતાવરણ જામી ગયું હતું. કંકુ ડોશી પણ પગમાં ચંપલની નવી જોડ પહેરીને દુકાનમાંથી બહાર નીકળ્યાં. અને મેં પૂછ્યું:

'અરે, માજી તમે!'

જાણે દુકાનના માલ ઉપર બાપદાદાનો હક્ક હોય એવી રીતે ડોશીએ જવાબ આપ્યો:

'શું કરું ભાઈ, જૂના ચંપલ ફાટી ગયાં એટલે નવાં પહેરી લીધાં.'

દુકાનનો માલિક કમરુદ્દીન મારો મિત્ર હતો પણ હુલ્લડને લીધે દુકાન બંધ કરીને દેશમાં ચાલ્યો ગયો હતો. મેં પણ એકદમ ઉતાવળમાં લેવાય એટલા જોડા ભેગા કરવા માંડ્યા; એ હેતુથી કે તે દેશમાંથી આવશે એટલે હું એને માલ સોંપી દઈશ અને બિચારાને એટલું નુકસાન ઓછું થશે. થોડી વારમાં પોલીસ આવી પહોંચી અને અમે સૌ અમારા મકાનમાં ઘૂસી ગયા. દુકાન સાફ થઈ ગઈ હતી. પોલીસે ખાલી દુકાનનો કબજો લીધો.

ઓરડીમાં આવ્યો અને જોયું તો પેલી છોકરી એક ખૂણામાં માથે મારું ધોતિયું ઓઢીને સૂઈ ગઈ હતી. હું મારા મિત્રની રાહ જોવા લાગ્યો પણ વ્યર્થ. ગામમાં હુલ્લડ મોટા પાયા ઉપર ચાલી રહ્યું છે એવી વાતો આડોશ-પાડોશમાં થવા લાગી. મને થયું કે પેલો દોસ્ત ક્યાંય સપડાઈ તો નહીં ગયો હોય ને!

આખરે સાંજના છ વાગી ગયા પણ પેલો આવ્યો નહીં અને અમારા લત્તામાં તો રાત્રિ ફરમાનનો અમલ લાગુ પડી ગયો. છોકરી શાંત હતી; મેં તેને નાસ્તો

કરવાનું કહ્યું પણ તેણે ના પાડી. એના ચહેરા ઉપર કોઈ પણ જાતના ભાવ ન હતા. લાકડાની પૂતળી એક ખૂણામાં બેઠી હોય એવી રીતે એ બેઠી હતી. આંખો ખુલ્લી હતી પણ એનું મન ક્યાંય બીજે ભટકી રહ્યું હોય એમ મને લાગ્યું. હવે તો મારી મૂંઝવણ વધવા લાગી. પણ આ છોકરીને જો એનાં માબાપને સોંપી દઈશું તો ઇનામ મળશે એ જ મોટું આશ્વાસન મારા મનને કંઈ ગલીપચી કરી રહ્યું હતું.

રાત પડી એટલે મેં પેલાં બહેનને કહ્યું, 'તમે અહીં સૂઈ રહેજો. હું બહાર ચાલીમાં સૂઈ જઈશ. આજે જરા ગરમી છે એટલે મને બહાર ફાવશે.'

તેણે કહ્યું, 'તમે અંદર જ સૂઈ રહો. મને રાત્રે એકલાં બીક લાગે છે.'

હું ચમક્યો! મને તો છોકરીની જ બીક લાગવા માંડી. આખરે ગમે તેમ પણ એને સમજાવીને હું તો બહાર ચાલીમાં જ શેતરંજી પાથરીને પડ્યો. આ જોઈને એક પડોશી બોલ્યા:

'કેમ આજે બહાર?'

'અમારા દૂરનાં એક બહેન મહેમાન છે એટલે હું બહાર સૂતો છું.'

'દૂરનાં, હ,' એટલું કહીને એ ચાલ્યા ગયા અને હું સમજી ગયો કે એમના આ બે શબ્દો પાછળ એક જાતની શંકા છુપાયેલી હતી. તેણે બીજા પાડોશીઓને કહ્યું, 'દૂરનાં બહેન આવ્યાં છે એટલે ભાઈસા'બ બહાર સૂતા છે.' મેં આ શબ્દો સાંભળ્યા અને મનમાં બળતો બળતો પડ્યો રહ્યો. એમને ક્યાંથી ખ્યાલ આવે કે 'દૂરનાં આ બહેન'ની પાછળ રૂપિયા ત્રણ હજાર મેળવવાની એક મહાન યોજના છુપાયેલી છે!

ત્રણ હજાર રૂપિયા આવે તો અમારે શું ધંધો કરવો અને કેવી રીતે આગળ વધવું એ હું વિચારવા લાગ્યો. આમ કરતાં વખત ઘણો પસાર થઈ ગયો પણ ભાવિની રૂપરેખાઓ દોરવામાં હું ગુલતાન બની ગયો હતો. ઊંઘ આવતી ન હતી. આસપાસ શાંતિ પથરાઈ ગઈ હતી અને દૂરના ખૂણામાં આખો દિવસ કામ કરીને થાકી ગયેલા ઘાટી ઘોરતા હતા. બે પળ માટે એવો વિચાર આવી ગયો કે છોકરી ખરેખર પ્રેમમાં પડવા જેવી છે; એનું રૂપ યાદ આવ્યું. એની આંખો મારી આંખો આગળ ખડી થઈ ગઈ અને હું રોમાંચ અનુભવવા લાગ્યો.

આમ નીરવ શાંતિમાં મારું મન વાંદરાની પેઠે કલ્પનાની એક ડાળેથી બીજી ડાળે કૂદકા મારી રહ્યું હતું, ત્યાં તો મારી ઓરડીમાં વાસણ પડવાનો અવાજ આવ્યો. કોઈ એક પછી એક લોટા, તપેલાં, પ્યાલા ફેંકતું હોય એવી ધમાલ મચી રહી અને છોકરી અંદરથી બૂમો પાડવા લાગી કે:

'મને બહાર કાઢો, બહાર કાઢો, હું મરી ગઈ! હું મરી ગઈ!'

આવા પ્રસંગે સદા ચાલાક રહેતા મારા અદ્‌ભુત પાડોશીઓ જાગી ઊઠ્યા અને બહાર દોડી આવ્યા. અંદરથી બૂમો આવતી હતી કે 'મને બહાર કાઢો; બહાર કાઢો.'

બારણું ખોલ્યું અને પેલી છોકરી બૂમો પાડતી બહાર દોડી આવી. મને જોઈને એ બોલવા લાગી:

'આ હરામખોર મને પકડી લાવ્યો છે, મને ફસાવી છે; હું એની સાથે લગ્ન કરવા નથી માગતી. મારે એને નથી પરણવું.'

'લો, કરો વાત; આફત મારા ઉપર તૂટી પડી. છોકરી ઊંઘમાં ડરી ગઈ હશે એમ મને લાગ્યું અને હું કંઈ રસ્તો કાઢું તે પહેલાં તો કંકુ ડોશીએ મારો કાન પકડ્યો અને કહ્યું:

'મારા રોયા, તારા કુળમાં પીપળો પાકે; ગામની છોકરીઓને પકડી લાવે છે?'

બીજો બોલ્યો, 'વાહ ભાઈ વાહ! દૂરની બહેન આવી છે! તમે આવા નંગ હશો એની કલ્પના પણ ન હતી.'

ત્રીજો ડહાપણ ડહોળવા લાગ્યો, 'મેં તમને હજાર વાર કહ્યું હતું કે, આપણા માળામાં કુંવારા માણસો ન જોઈએ પણ તમે માન્યા નહીં. જોયોને ભવાડો! મહેરબાન, જમાનો બારીક આવ્યો છે.'

પેલી છોકરી બોલવા લાગી, 'આ મને હોટેલમાંથી ફસાવી લાગ્યો છે. મને બીક લાગે છે, હું એકલી છું.'

ડોશીએ છોકરીને પડખામાં લેતાં કહ્યું, 'બેટા, તું ગભરાઈશ નહીં, હું તારી પાસે સૂઈ રહીશ. આ બદમાશને મેં ઘણી વાર કહ્યું કે લગન કરી લે પણ માનતો નથી અને આવાં કાળાં કામ કરે છે.'

મુરબ્બી ગણાતા એક વૃદ્ધ પુરુષને છાપું બતાવીને એમાં આવેલી જાહેરખબર વંચાવી અને સાચી વાત જણાવી. બીજા બધાને મારી વાતમાં વિશ્વાસ બેઠો; બધાનું મગજ કંઈક ઠંડું થયું; ગોવિંદજીભાઈએ કહ્યું:

'આમ વાત છે તો પછી એને મારા ઘરમાં સુવડાવી દે.'

પછી ગોવિંદજીભાઈએ બધાને શાંતિથી ચાલ્યા જવાની સૂચના આપી અને કંકુ ડોશીને પેલી છોકરી સાથે મારી ઓરડીમાં ધકેલી દીધાં. બધા ગયા પછી ગોવિંદજીએ મને કહ્યું:

'છોકરીને જો એનાં માબાપને સોંપવામાં આવે તો ત્રણ હજાર મળે કેમ?'

'હા.'

'ત્યારે મારો એમાં ભાગ; મેં તને મુશ્કેલીમાંથી બચાવ્યો છે.'

મેં ગોવિંદજીભાઈને કહ્યું, 'પણ ભાગીદારો નક્કી થઈ ગયા છે. મારો ભાગીદાર વખતસર ન આવી શક્યો એટલે તો બધી મોકાણ થઈ.'

'તો પછી તારા ભાગમાંથી મને અરધો ભાગ આપ. સાડા સાતસો મારા.'

કંટાળીને મેં કહ્યુંઃ 'ભલે ભાઈ, સાડા સાતસો તમારા.'

ગોવિંદજીભાઈ ખુશ થતા ચાલ્યા ગયા અને પછી તો હું નિરાંતે સૂતો.

પણ સવારના પહોરમાં જ આખા માળામાં ફરી ધમાલ મચી રહી. દિવસ દરમિયાન જે દુકાન અમે લૂંટી હતી એના માલની તપાસ કરવા અને લૂંટારુઓને જેર કરવા પોલીસ પાર્ટી આવી પહોંચી હતી. દરેકની ઓરડી આગળ એક એક સિપાઈ ગોઠવાઈ ગયો હતો અને ઝડતી શરૂ થઈ ગઈ હતી. જેના ઘરમાં નવા જોડા નીકળવા લાગ્યા તેને પકડી પકડીને લઈ જવાનું શરૂ કરવામાં આવ્યું. હું ઊઠ્યોઃ મારા ગભરાટનો પાર ન હતો. કંકુ ડોશી ધમાલ સાંભળીને ઓરડીમાંથી બહાર આવ્યાં કે તરત જ પોલીસે હુકમ કર્યો, 'ડોશી ત્યાં જ ઊભી રહેજે. ઓરડીમાં ઝડતી લેવાની છે.'

માજી આ હુકમ સાંભળીને હેબતાઈ ગયાં. પોલીસ એના પગ સામે જોવા લાગી. ડોશીના પગમાં મફતિયા ચંપલ હતા. મેં માજીને કહ્યુંઃ

'જે લોકો જોડા ચોરી ગયા છે એમને પકડવામાં આવે છે.' ડોશી બોલી ઊઠ્યાં, 'મુંબઈની તે કંઈ પોલીસ છે! પકડવાનો હડકવા લાગ્યો છે.' પછી તેમણે પોલીસને કહ્યુંઃ

'મારા પગ સામે શું જોયા કરે છે? આ ચંપલ મેં ગઈ કાલે ભૂલેશ્વરમાંથી ખાસ્સા પાંચ રૂપિયા રોકડા આપીને લીધાં છે.'

એવામાં તો પોલીસ ઇન્સ્પેક્ટર આવ્યો અને તે મારી ઓરડીમાં દાખલ થતાં જ છોકરીને જોઈને બોલી ઊઠ્યો.

'તું અહીં છો? ફરી ઘરમાંથી નાસી ગઈ? તારા બાપે કાલે જ પોલીસમાં ફરિયાદ નોંધાવી છે.'

કહેવાની જરૂર નથી કે મને પોલીસચોકીમાં લઈ જવામાં આવ્યો. મુદ્દામાલમાં જોરુ અને જોડા પણ સાથે હતા. કંકુ ડોશી પણ ખરાં; કિસ્મતને ગાળો દેતાં મેં નવી કહેવત બનાવી કે 'જર, જોરુ અને જોડા, માથે મારે હથોડા!'

પોલીસ ઇન્સ્પેક્ટરે ધમકાવતાં મને કહ્યું, 'મિસ્ટર, તમે કેવા છો? શું સજા થશે એનું તમને ભાન છે? પારકી છોકરીને નસાડી જાઓ છો?'

મેં નિખાલસ હૃદયે બધો ઇતિહાસ કહ્યો ત્યારે તેણે મને કહ્યુંઃ

'એમ ત્યારે! રૂપિયા ત્રણ હજારનું ઇનામ લેવા નીકળ્યા છો કેમ? મિસ્ટર,

આ છોકરી પંદર દિવસ પહેલાં ગુમ થઈ હતી ત્યારે એ જાહેરાત આપવામાં આવી હતી પણ અમે લોકોએ એને ચોથે દિવસે જ શોધી કાઢી હતી. તમારી પાસે જૂનું છાપું હોવું જોઈએ.'

આખરે તેણે સાબિત કરી બતાવ્યું કે છાપામાં જે ફોટો હતો તે પંદર દિવસ પહેલાંનો હતો. મેં તો પૂરી તપાસ કર્યા વિના જ પેલા ભૂતના ઉપર વિશ્વાસ રાખીને સાહસમાં ઝંપલાવ્યું હતું. એવામાં છોકરીના બાપ આવી પહોંચ્યા; ઇન્સ્પેક્ટરે બધી વાત કરી એટલે તેણે મને કહ્યુંઃ

'તમારા જેવા ઉધાર લોકો જ મારી છોકરીને નસાડી જાય છે અને પછી ઇનામ લેવા આવે છે. મુંબઈમાં આખી ટોળી જ આવું કામ કરતી લાગે છે.'

મેં કહ્યું, 'જો છોકરીનો પત્તો લાગી ગયો હતો તો પછી બીજે દિવસે છાપામાં શા માટે જાહેર ન કર્યું કે પત્તો લાગી ગયો છે. અમને કેટલી તકલીફ પડી. ગુમ થઈ જાય છે ત્યારે ઇનામો કાઢો છો પણ મળી જાય છે ત્યારે જણાવતા પણ નથી, હું આ બાબતમાં તદ્દન નિર્દોષ છું. તમારી છોકરીને નસાડી જઈને ઇનામ મેળવવાનો મારો ઇરાદો જ ન હતો.'

પોલીસ અમલદાર બોલ્યા, 'એ બધું કોર્ટમાં સાબિત કરજો. હુલ્લડમાંથી તમે જે માલ લૂંટી લાવ્યા છો એ જ સાબિત કરી બતાવે છે કે તમે કેવા માણસ છો.'

'સાહેબ, એની પાછળ પણ મારો શુભ હેતુ છે.'

'બસ, બસ, હું દલીલો સાંભળવા નથી માગતો.' અમલદાર ચિડાયોઃ તેણે છોકરીના બાપને કહ્યુંઃ

'તમે પણ કેવા અજબ માણસ છો, શા માટે કોઈ સારા ડૉક્ટરની સલાહ નથી લેતા? છોકરીને બતાવો અને દવા કરાવો. અમને લોકોને તમે નકામી હેરાનગતિમાં મૂકો છો.'

હું ચમક્યો. મેં પૂછ્યું, 'છોકરીને શું થયું છે?'

જવાબ મળ્યો, 'છોકરી છેલ્લા એક મહિનાથી ગાંડી થઈ ગઈ છે. ભાનમાં હોય ત્યારે ડાહી ડાહી વાત કરે છે પણ ક્યારે એનું ચસકી જાય છે એ કહેવાતું નથી. જેના પ્રેમમાં હતી એની સાથે બાપે પરણાવી નહીં, છોકરાએ આપઘાત કર્યો અને છોકરીનું ચસકી ગયું.'

અને આ હકીકત જાણ્યા પછી મને પણ એવો આઘાત લાગ્યો કે જાણે મારું હમણાં જ ચસકી જશે. બાજુમાં ઊભેલાં કંકુ ડોશી ગુસ્સામાં બોલી ઊઠ્યાં અને મને કહ્યું, 'મૂઆ તારે લીધે જ મારે નરકમાં આવવું પડ્યું. કેટલી વાર કહ્યું કે ભાઈ તું લગન કરી લે પણ મારું માનતો નથી.'

'પણ લગનને અને આ વાતને શું લાગેવળગે છે?'

'તું મને ખાનગીમાં મળજે એટલે બધું સમજાવીશ.' ડોશી ચૂપ થઈ ગયાં.

છોકરીનો બાપ છોકરીને લઈને જવા તૈયાર થયો. મેં પાગલ છોકરી તરફ દયાભરી દૃષ્ટિ ફેંકી અને તે બોલી ઊઠી:

'તમે કોઈના પ્રેમમાં પડશો નહીં. જેના પ્રેમમાં પડીએ છીએ એને કદી પરણી જ નથી શકાતું.'

અને તે ચાલી ગઈ. સાથે રૂપિયા ત્રણ હજાર પણ ગયા!

* * *

૩ આત્માનો અવાજ

ભગવાને જો કોઈને ફુરસદના વખતે ઘડેલ હોય તો અમારા માળામાં રહેતો દલપત છે. એવો વિચિત્ર માણસ કે એનો જોટો પણ ક્યાંય ન મળે! મગજ એવું ધૂની કે કઈ ઘડીએ એ શું કરી બેસશે એની આપણને કલ્પના જ ન આવે. આત્માના અવાજ ઉપર જ એનું કામકાજ ચાલે. થોડા વખત પહેલાં એ ત્રણ મહિના સુધી ફક્ત ગોળ અને શીંગ ઉપર જ રહ્યો હતો પણ પરિણામે આંતરડાં બગડી ગયાં એટલે બંધ કર્યું. અમે ડૉક્ટરની સલાહ લેવાનું કહ્યું પણ માને જ નહીં અને રોજ આખા શરીરે માટી લગાવીને કુદરતી ઉપાયો અજમાવ્યા કરે, કોઈએ ટકોર કરી કે આમ આખા શરીર ઉપર માટી લગાડવા કરતાં કદાવમાં જ પડ્યા રહેવું વધારે સારું છે. આ વાત એને ગળે ઊતરી ગયેલી અને ગામને છેડે આવેલા તળાવના કાદવમાં ભેંસની જેમ કલાકો સુધી પડ્યો રહેતો. દસ દિવસ પછી તે શરદીનો શિકાર થઈ પડ્યો અને શરદી મટાડવા માટે તેણે પાંચ દિવસ સુધી કપાળે મરચાંનો ભુક્કો ભર્યો! આનો અખતરો કરતાં મરચું આંખમાં પડેલું અને આંખ દુખવા આવેલી. આ દુખતી આંખનો ઉપાય તેણે શોધી કાઢ્યો. રોજ બપોરે બાર વાગ્યે સૂર્યની સામે જોવા લાગ્યો.

હમણાં હમણાં થોડા દિવસથી એ ખાલી મકાઈ ઉપર જીવન ગુજારી રહ્યો છે. એ જોવા માગે છે કે હિંદુસ્તાનના માણસો મકાઈ ઉપર જીવન ગાળી શકે કે નહીં. એકલો માણસ અને આખો દિવસ નવજીવન કાર્યાલયનાં પુસ્તકો વાંચીને એ પોતાની જાતને મહાત્મા ગાંધીજીની છેલ્લી આવૃત્તિ ગણી રહ્યો છે.

થોડા વખત પહેલાં એના મામા મારી પાસે આવ્યા હતા અને કહ્યું હતું કે 'આ વેદિયાને તું સુધારીશ તો હું તારો આભાર માનીશ; મારું કહ્યું તો એ માનતો

નથી. કેવી સુંદર કન્યા છે પણ જોવા જવાની જ ના પાડે છે.'

બિચારા મામાએ ઘણો કકળાટ કરેલો, મને પણ થયું કે દલપત ઘણો ધૂની માણસ છે, શક્તિશાળી છે. એક વસ્તુ હાથમાં પકડી તો એને અંત સુધી ઓળખી કાઢવાની એનામાં તાકાત છે. આવા માણસનું મગજ ઠેકાણે આવી જાય તો જરૂર જીવનમાં નામ કાઢે એમ હું માનતો હતો. લગ્ન કર્યા પછી મેં આવા ઘણા ઉરાંગઉટાંગોને સીધાદોર થતા જોયા છે. અને જીવનનો ખરો આનંદ માણતા નિહાળ્યા છે. હું એની પાસે ગયો અને લગ્ન કરવા સમજાવ્યું. તેણે જવાબ આપ્યો:

'હું તો આજીવન બ્રહ્મચર્યનું પાલન કરવા માગું છું.'

'હા, પણ એમાં છોકરી જોવામાં તને શું નુકસાન થવાનું છે?'

'મને તો કાંઈ નુકસાન થવાનું નથી પણ આપણને જોઈને છોકરી આશા બાંધી બેસે તો પાછળથી એ બિચારીને કેટલું ખમવું પડે? હું કોઈનું હૃદય દુભાવીને હિંસા કરવા નથી માગતો, તું તો જાણે છે કે હિંદુસ્તાનને સ્વરાજ ન મળે ત્યાં સુધી લગ્ન ન કરવું એવી પ્રતિજ્ઞા લીધી છે.'

હું સમજી ગયો કે ભાઈસા'બનું મગજ આ વિષયમાં બહુ જ ગૂંચવાઈ ગયું છે. વિચારો સ્પષ્ટ થયા નથી. આખું જીવન બ્રહ્મચર્ય પાળવાની વાત કરનારે એક જ પળ સ્વરાજ મળે તો લગ્ન કરવું એવી વાત રજૂ કરી. મેં જણાવ્યું:

'ભલા માણસ, સ્વરાજ તો લગભગ આવી ગયું છે. દેશમાં કામચલાઉ સરકાર પણ આપણી છે અને આવતે વર્ષે અંગ્રેજો હિંદ છોડવાના છે એ વાત પણ પ્રગટ થઈ ચૂકી છે. તું પરણે નહીં તો કંઈ નહીં પણ હવે પરણવાનો વિચાર કરે તો કંઈ ખોટું નથી. છોકરી જો પસંદ પડી તો નક્કી કરી નાખીશું અને સંપૂર્ણ આઝાદી મળે ત્યારે તું લગ્ન કરજે.'

દલપતને ગળે મારી દલીલ ઊતરી: તેણે કહ્યું, 'તારી વાત વિચારવા જેવી છે. ભલે, હું એ બાબત ઉપર આત્માને પૂછી જોઈશ; એ મને આજ્ઞા કરશે તે પ્રમાણે કરીશ. તું હમણાં અહીંથી જા; હું આત્માના અવાજની રાહ જોઉં છું.'

'અવાજ કેટલી વારમાં આવશે?'

'એનો કંઈ ભરોસો નહીં; એક મિનિટમાં આવે અને એક કલાક પછી પણ આવે; અવાજ આવશે કે તરત જ હું તારી પાસે આવીશ.'

હું મારી ઓરડીમાં ચાલ્યો ગયો. કલાક ગયો, દોઢ કલાક ગયો પણ દલપત આવ્યો જ નહીં. શેઠ તો એની ઓરડીનાં બારણાં બંધ કરીને બેઠો હતો. કંટાળીને હું ત્યાં ગયો અને બહારથી બૂમ પાડી.

'એલા દલપત! અવાજ આવ્યો?'

અંદરથી જવાબ મળ્યો, 'હજુ કંઈ સૂઝતું નથી. મારી આસપાસ અંધકાર પથરાઈ ગયો છે. હું વેદના અનુભવી રહ્યો છું. પ્રકાશની શોધમાં છું.'

મેં જવાબ આપ્યો, 'ભલા માણસ અંધકાર છવાઈ રહ્યો હતો તો બત્તી કર; સૂઝશે.'

'હું એવા પાર્થિવ પ્રકાશને નથી ઇચ્છતો; અંતરના પ્રકાશની તેમ જ અવાજની રાહ જોઈ રહ્યો છું.'

'અચ્છા ત્યારે. હું મારી ઓરડીમાં બેઠો છું.'

આટલું કહીને હું કંટાળીને ચાલ્યો ગયો. બીજો એક કલાક બગડ્યો પણ દલપત આવ્યો નહીં; મને થયું કે આજે એના આત્માની મશીનરી બગડી ગઈ છે. કંઈ યુક્તિ કરવી જોઈએ. છેવટે ઓરડીના ખૂણામાં પડી રહેલું એક ભૂંગળું મેં ઉપાડ્યું અને દલપતના રૂમની પાછળ જે બારી પડતી હતી ત્યાં ગયો. ઉપર ચડીને જોયું તો ઘીના દીપકના ઝાંખા પ્રકાશમાં દલપતભાઈ ભગવાન બુદ્ધની જેમ પદ્માસન વાળીને બેઠા હતા. મેં ભૂંગળું મોઢે લગાડ્યું, એની નજર ન પડે એવી રીતે બારીની કિનારી ઉપર ગોઠવ્યું અને ભારે અવાજે જાણે પ્રેતાત્મા બોલતો હોય એમ હું બોલ્યો:

'બેટા દલપત! ઊભો થા અને કન્યા જોવા જા.'

આ અવાજથી દલપત ચમક્યો. એને થયું કે કોઈ દૈવી અવાજ બોલી રહ્યો છે. એ ચારે બાજુ જોવા લાગ્યો અને ગદ્ગદ કંઠે બોલ્યો:

'ઓ પરમ પ્રકાશ! શું તમે મને આજ્ઞા કરી રહ્યા છો?'

પત્તો ન લાગી જાય એવી રીતે હું ભૂંગળામાંથી ફરી બોલ્યો:

'હા, મારી તને આજ્ઞા છે; બેટા દલપત, તું ભગવાન બુદ્ધનો સગો ભત્રીજો છે; મહમદ પેગમ્બરનો તું લઘુ બંધુ છો અને જિસસ ક્રાઇસ્ટ તારા ફુવા થાય. તું જે કન્યા જોવા જવાનો છે એ તારી ગયા ભવની સહધર્મચારિણી છે, તારી બાજુમાં રહેતા વજુ કોટકની તું સલાહ માન.'

આટલું કહીને હું ઝપાટાબંધ મારી ઓરડીમાં ચાલ્યો ગયો અને બારણા બંધ કરી બેઠો. થોડી વારમાં જ કોઈએ બારણું ખખડાવ્યું. મને ખાતરી જ હતી કે દલપત સિવાય બીજું કોઈ ન હોય. તે બહારથી બોલ્યો:

'બારણું ઉઘાડ, જલદી ઉઘાડ; અવાજ આવી ગયો છે.'

મેં અંદરથી જવાબ આપ્યો, 'હું પણ આત્માના અવાજની રાહ જોઈ રહ્યો છું. બારણું ક્યારે ખોલવું એ માટે હું અંતરના અવાજની રાહ જોઈ રહ્યો છું.

તું થોડો વખત બહાર ઊભો રહે, બારણું ઉઘાડવાની આજ્ઞા થશે તો ઉઘાડીશ અને નહીં થાય તો નહીં ઉઘાડું.'

એ અધીરાઈથી બોલ્યો, 'ઉઘાડ, હમણાં જ ઉઘાડ; મને આજ્ઞા થઈ ચૂકી છે.'

મેં બારણું ખોલ્યું અને તે ઉત્સાહમાં બોલી ઊઠ્યો, 'દોસ્ત, પરમેશ્વરની મહેરબાની છે. આજે તદ્દન ચોખ્ખો અવાજ સંભળાયો છે. આવો અવાજ મેં પહેલી જ વાર સાંભળ્યો. ધીરગંભીર એ મધુર ધ્વનિ હતો. આજે મને ખાતરી થઈ ગઈ કે મારું આધ્યાત્મિક જીવન ઘણી ઉચ્ચ કક્ષાએ પહોંચી ગયું છે. મને આજ્ઞા થઈ ચૂકી છે.'

'શું આજ્ઞા થઈ છે?'

'અરે દોસ્ત, આજે જ મને ખબર પડી કે હું ભગવાન બુદ્ધનો ભત્રીજો છું. પૂર્વજન્મનું મને જ્ઞાન થયું છે. હું કન્યા જોવા માટે તૈયાર છું. તું કહે તે પ્રમાણે કરીશ; તારી સલાહ પ્રમાણે મને ચાલવાનો હુકમ થયો છે.'

મને હસવું તો ઘણું આવતું હતું પણ મેં રોકી રાખ્યું, ખોટી ગંભીરતા ધારણ કરીને કહ્યું, 'હું હમણાં ઑફિસમાં જાઉં છું. ત્યાંથી શેઠની રજા લઈને સીધો કન્યાના બાપને ઘેર જઈશ. તારા મામા પણ ત્યાં જ આવી પહોંચશે. તું બરાબર ત્રણ વાગ્યે આવી પહોંચ. કપડાં સારાં પહેરજે અને બાબરા ભૂત જેવા તારા માથાના વાળ વ્યવસ્થિત રાખજે. લે, લઈ જા આ રજની પ્રોડક્શનનું બ્રાહ્મી તેલ.'

'આ તેલ શા માટે?'

'એમ લખ્યું છે કે તમારી સજનીનું મન રંજન કરવા માટે આ રજનીનું બ્રાહ્મી તેલ વાપરો.' મેં એક શીશી પકડાવી દીધી, ખર્ચ પૂરો કરવા માટે હું નવરાશના વખતે રજની કંપનીનું તેલ વેચતો હતો અને એમાંથી પચીસ ટકા કમિશન મળતું હતું. દલપતને એક શીશી આપીને મેં તો જાણે સાંજના શાકના પૈસા કાઢી લીધા. તેણે પૈસા તરત જ આપવા માંડ્યા પણ વ્યવહારની ખાતર કહ્યું:

'પૈસા ક્યાં નાસી જાય છે! સાંજે આપજે.'

'ત્યારે સાંજે વાત.' આટલું કહીને દલપત ચાલ્યો ગયો અને દલપતની બાજુના રૂમમાં રહેતો કાંતિલાલ મારી પાસે આવ્યો. તેણે કહ્યું:

'પેલા વેદિયાને તું શિખામણ આપતો હતો?'

'યાર, આજે એને એક કન્યા જોવા લઈ જવાનો છું, એના મામાનો બહુ જ આગ્રહ છે. મામાનું કહ્યું માનતો નથી. એના મામા મારા મિત્ર છે. એટલે હું જરા વાતમાં રસ લઈ રહ્યો છું. બીજું તો કંઈ નહીં પણ આપણી એક બ્રાહ્મી તેલની બાટલી ખપી ગઈ છે.

કાંતિ બોલ્યો, 'તું પણ આદું ખાઈને તેલની પાછળ પડ્યો છે. અચ્છા, શું તું એમ માને છે કે દલપત નામના આપણા આખલાને નાથી શકીશ? આખો દિવસ ઓરડીમાં બેસી રામના નામનો જપ કર્યા કરે છે. ગાંધીજીએ હરિજનમાં લખ્યું છે કે રામનું નામ એ અજબ દવા છે એટલે આ ભાઈસા'બને ગઈ કાલે જરા કબજિયાત જેવું હતું તેથી આખી રાત રામનું નામ જપ્યા કરતો હતો. મારી તો ઊંઘ ઊડી ગયેલી અને રામનામનો જપ સાંભળીને માથું દુઃખી ગયું.'

મેં કહ્યું, 'ભાઈ, એ તો આત્માના અવાજ ઉપર ચાલનારો માણસ છે.'

કાંતિએ જરા ચીડમાં કહ્યું, 'કપાળ તારું; છેલ્લા બે દિવસથી ઓરડીમાં પીંજણ લઈ આવ્યો છે અને રાતના બે વાગ્યા સુધી પીંજ્યા કરે છે. હું તો ગળે આવી ગયો છું. યાર, આવો તે આત્માનો અવાજ હોય! અને સાંભળ, આત્માના અવાજની એજન્સી ભગવાને એકલા ગાંધીજીને આપી છે. આવા લોકોને આત્માનો અવાજ ક્યાંથી સંભળાય અને જો સંભળાતો હશે તો વળી કોઈ બીજાનો હશે. બીજું તો કંઈ નહીં પણ આવનારી દુઃખી થઈ જશે. આવી દુનિયાની દશમી અજાયબી જેવા પતિદેવને જોઈને એના માથાના વાળ ખરી પડશે.'

મેં જવાબ આપ્યો, 'એવું કંઈ નથી. આવા ઘણા અલેલટપ્પુઓને લગ્ન પછી અરબી ઘોડા જેવા થઈ જતા જોયા છે. આવનારીના વાળ ખરી પડશે તો પછી આપણું તેલ ક્યાં નથી! બે બૉટલ વધુ ખપશે.'

'તું પણ પાકો સૅલ્સમૅન છો હો.'

કાંતિ લુચ્ચાઈથી હસતો હસતો ચાલ્યો ગયો. હું પહોંચ્યો ઑફિસમાં અને શેઠની રજા લીધી. શેઠને મેં સત્ય હકીકત જણાવી ત્યાં તો શેઠ બોલી ઊઠ્યા:

'ઓ...હો! તમે અમારી સત્યભામા માટે મુરતિયો શોધી લાવ્યા છો કેમ!'

છોકરીના બાપનું નામ આપતાં જ મારા શેઠે છોકરીનું નામ જણાવી દીધું. મને તો આ નામ બહુ ગમ્યું. સત્યના ઉપાસક દલપત માટે સત્યભામા નામ બરાબર યોગ્ય છે એમ મને લાગ્યું. મેં શેઠને પૂછ્યું:

'આપના કંઈ સંબંધી થાય?'

'ત્યારે નહીં! દલીચંદશેઠની એ છોકરી; મારા સાળા પાનાચંદના સાળા થાય, છોકરી મોતીના દાણા જેવી છે. મુરતિયો સારો હશે તો થશે.'

દલપતની વકીલાત કરતાં મેં કહ્યું 'સાહેબ, છોકરો હીરાના ટુકડા જેવો છે. ચંદ્રમાનું બચ્ચું જોઈ લો! એના ચહેરા ઉપર સો કૅન્ડલ પાવરનું તો તેજ છે.'

શેઠ હસી પડ્યા, પણ હસતાં હસતાં એમના ઉપલા દાંતનું ચોકઠું બહાર નીકળી આવ્યું. હું મારા શેઠના સાળાના સાળા શ્રી દલીચંદશેઠને ઘેર પહોંચી

ગયો. દલપતના મામા મારી રાહ જોતા હતા. દલીચંદશેઠ પાસે જ બેઠા હતા. થોડી વારમાં છોકરી સત્યભામા પણ આવી અને વાતો શરૂ કરી. ખરેખર કન્યા બહુ જ રૂપાળી અને શાંત સ્વભાવની હતી. મેં તો ઇજનેરની દૃષ્ટિએ એને નીરખવા માંડી.

કાન બરાબર હતા; એક નાનો અને એક મોટો એવું ન હતું. નાક પણ માપસર ગોઠવાયેલું હતું અને વાળની સમૃદ્ધિ પણ સારી હતી. સત્યભામાને નીરખીને મને જ તેની સાથે પરણવાનું મન થઈ ગયું. કુંવારો હોત તો જરૂર આને પસંદ કરત પણ આ દુષ્ટ વિચારને મેં મનમાંથી હાંકી કાઢ્યો અને દલપતની રાહ જોતો બેઠો.

પૂર્વભૂમિકા તૈયાર કરવાના ઇરાદાથી હું છોકરીની સમક્ષ દલપતની અજબ શક્તિઓનાં વખાણ કરવા લાગ્યો. દલપતના મામા પણ 'હા'માં 'હા' ઉમેરવા લાગ્યા. મેં દલપતના વિશાળ વાચનની વાત કરી, એની અજોડ સાદાઈનાં વખાણ કર્યાં. એની ધાર્મિક વૃત્તિ કેવી પ્રબળ છે એ જણાવ્યું અને એ તો મહાન કર્મયોગી છે એવું મેં દાખલાઓ આપીને સિદ્ધ કરી બતાવ્યું. હું જોઈ શક્યો કે સત્યભામા દલપત વિશેની વાતો રસપૂર્વક સાંભળી રહી હતી અને દલપત કેવો ભવ્ય હશે એ વિશે એ કલ્પના કરતી હતી. અમે લોકો હવે દલપતની આતુરતાથી રાહ જોતા હતા. મામાએ બે-ત્રણ વખત મારી સામે જોયું; એની નજરમાં પ્રશ્ન હતો કે:

'શું દલપત આવશે તો ખરો ને? નહીં આવે તો આપણી આબરૂ જશે.'

અધીરા બનેલા દલીચંદશેઠે પૂછ્યું, 'દલપતભાઈ કેમ ન આવ્યા?'

મેં જવાબ આપ્યો, 'આવ્યા વિના રહે જ નહીં. એના જેવો એકવચની માણસ મેં જોયો નથી. આવવાનું વચન આપ્યું છે એટલે જરૂર આવશે. રસ્તામાં કોઈ ગરીબને મદદ કરવા રોકાઈ ગયા હશે તો જરા મોડું થશે.'

વાતો ચાલતી હતી ત્યાં ધોતિયું અને ઝભ્ભામાં સજ્જ થયેલો દલપત આવ્યો, પણ એને જોઈને જ મારા તો મોતિયા મરી ગયા. મામા ઠંડા બરફ થઈ ગયા અને દલીચંદશેઠ ઘડીમાં મને જોવા લાગ્યા તો ઘડીમાં દલપતને જોવા લાગ્યા. દલપતના માથા ઉપર મુંડો હતો! તદ્દન સફાચટ મેદાન; સહરાના રણ જેવું છોતરાં ઉખેડી લીધેલા નાળિયેર જેવું!

'નમસ્તે, માફ કરજો જરા મોડું થઈ ગયું.' બે હાથ જોડીને સત્યના ઉપાસક ઊભા રહ્યા:

દલીચંદશેઠે કહ્યું, 'બેસો, અમે તમારી જ રાહ જોતા હતા.'

દલપતભાઈ બેઠા. મામા તો મૌન ધારણ કરીને મનમાં મૂંઝાઈ રહ્યા હતા અને મારી બળતરાનો પાર ન હતો. છોકરીના મનની શું સ્થિતિ હશે તે હું

કલ્પી ન શક્યો. હું મનમાં ગુસ્સે થઈ રહ્યો હતો પણ શું થાય! દલપતભાઈ કંઈ બન્યું જ નથી એવી રીતે મારી પાસે બેઠા અને છોકરીને જોવા લાગ્યા. મેં કહ્યું:

'આ છે સત્યભામાબહેન, તમારો પરિચય તો મેં એમને અગાઉથી જ આપી દીધો છે.' સત્યભામાની મેં ઓળખાણ આપી કે દલપતે બે હાથ જોડીને કહ્યું:

'નમસ્તે બહેન.'

હું મનમાં બોલ્યો, 'હરામખોર તદ્દન જંગલી છે. 'બહેન' શબ્દ વાપરવાની શી જરૂર હતી?'

સત્યભામાએ પણ નમસ્તે કર્યા અને તેણે મારી સામે જોયું. છોકરીની આંખો મને પૂછી રહી હતી કે:

'શું આ છે તમારા મહાન કર્મયોગી? શું આવા છે તમારા દલપતકુમાર? કામદેવની વિકૃત થયેલી આવૃત્તિ જેવા?'

ખલાસ, બાજી બગડી ગઈ. સત્યભામાની દૃષ્ટિ દલપત ઉપર ઠરતી જ ન હતી. દલપતે એની સાથે વાતો કરવાનો ઘણો પ્રયત્ન કર્યો પણ ટૂંકા જવાબ આપીને વાત જલદી પતાવી દે. આમ આ મિલાપ દસેક મિનિટમાં પૂરો થયો અને ચાપાણીની વિધિ પૂરી થઈ કે અમે લોકોએ રસ્તો માપ્યો.

બહાર આવ્યા પછી દલપતના મામા તો એક શબ્દ પણ બોલ્યા વિના અમારાથી વિખૂટા પડ્યા અને ચાલ્યા ગયા. હું એમના મનમાં કેવું દુ:ખ થયું હશે એ કલ્પી શક્યો હતો. મેં ગુસ્સામાં દલપતને પૂછ્યું:

'આ મૂંડો કેમ કરાવી નાખ્યો? જો અમારી રેવડી કરવી'તી તો પછી આવવું જ નહોતું. તને ભાન છે કે તું કેવો લાગે છે? અરીસામાં તેં તારું મુખારવિંદ જોયું છે?'

'કેવો લાગું છું? એમાં મેં શું ખોટું કર્યું છે? અંતરના અવાજ પ્રમાણે જ કામ કર્યું છે. હું સ્નાન કરીને આવ્યો અને તારા તેલની શીશી હાથમાં લીધી કે અંતરનો અવાજ આવ્યો. તેણે આજ્ઞા કરી કે તું ભગવાન બુદ્ધનો ભત્રીજો છે. તારે માથે વાળ ન શોભે. મૂંડો કરાવીને જા. બહારના સૌંદર્ય કરતાં અંદરનું સૌંદર્ય હજાર દરજ્જે ઉત્તમ છે.'

'તને એક દિવસમાં કેટલા અવાજ આવે છે? પ્રથમ મુલાકાતે તારા અંદરના સૌંદર્યને કોણ તારો કાકો જોવાનો છે? અંતરમાં કેવી મીઠાશ છે એની ખાતરી તો પાછળથી કરાવવાની છે.'

દલપતે જવાબ આપ્યો, 'એવું કંઈ નથી. બહારનું શરીર જોઈને જ જો પસંદગી કરવાની હોય તો તે શારીરિક મોહ છે. પ્રેમ નથી. આવા લગ્નમાં

કામવાસના સિવાય બીજું કંઈ નથી. હું વાસનાની શાંતિ માટે લગ્ન કરવા નથી ઇચ્છતો પણ આત્માની ઉન્નતિ માટે લગ્ન હોવું જોઈએ. એમ મારું માનવું છે.'

'બહુ સારું; મને આ તારી જીભના લોચા વળી જાય એવી ભાષા સમજાતી નથી. તારે પરણવું હોય તો પરણ, નહીંતર પડ ઊંડા ભરદરિયામાં! મારી અને તારા મામાની આબરૂના આજે તેં કાંકરા કરી નાખ્યા.'

શાંત ચિત્તે સત્યના સેવકે કહ્યું, 'સુખ અને દુઃખ એ મનની માયા છે. આ માયાને જે સમજી શકે છે એને કદી પણ દુઃખની છાયા સ્પર્શી નથી શકતી.'

'બસ બસ, મારે ગીતાનું પ્રવચન નથી સાંભળવું. હું તો ઑફિસમાં જાઉં છું.'

દૂરથી બસ આવતી જોઈ અને હું દોડી ગયો. બુદ્ધ ભગવાનનો ભત્રીજો ઘેર ચાલ્યો ગયો. શેઠ બહાર ગયા હતા અને હવે આવવાના નથી એ જાણીને હું પણ એકાદ કલાક પછી બહાર ચાલ્યો ગયો. રાત સુધી મને વિચાર આવ્યા કે ભગવાન માણસના મગજમાં કઈ જાતનો મસાલો ભરતો હશે કે જેથી દલપત જેવા નમૂનાઓ પેદા થતા હશે.

રાત્રે ઘેર આવ્યો ત્યાં દલપત દાખલ થયો અને તેલની શીશી પાછી આપતાં કહ્યું, 'લે આ તારું તેલ; હવે મારે જરૂર નથી.'

જોયું? કમિશનના પૈસા પણ ઊડી ગયા અને દલપત માટે કરેલી મહેનત પણ પાણીમાં ગઈ. થોડા વખત પહેલાં પણ જ્યારે મેં એક વીમા કંપનીની એજન્સી લીધેલી ત્યારે આવું જ બનેલું. એક શેઠસાહેબે મને પચાસ હજારના વીમાનું સવારમાં વચન આપ્યું હતું અને સાંજે હું ફૉર્મ લઈને જાઉં છું ત્યાં દરવાજે માથે સફેદ ફાળિયા બાંધીને ડાઘુ લોકો બેઠા હતા. કોઈએ જણાવ્યું કે શેઠ બપોર પછી હાર્ટફેલથી મરી ગયા છે. આજે આ તેલની પહેલી શીશી વેચી ત્યાં આ ભૂત માથે મૂંડો કરાવીને આવ્યો.

દલપત ગંભીર બની બોલ્યો, 'મને કન્યા ગમી ગઈ છે મારી ખરી જીવનસંગાથિની છે એવી મારી ખાતરી થઈ ચૂકી છે. મામાને પૂછી લેજે કે આગળ વધવા જેવું છે કે નહીં. સગપણ હમણાં કરીશું પણ લગ્ન અંગ્રેજોના ગયા પછી થશે.'

મેં ગુસ્સામાં કહ્યું, 'હવે તું માફ કર. મને આ બાબતમાં સંડોવતો નહીં. મારો આત્માનો અવાજ આવા વિચિત્ર કામમાં પડવાની ના પાડે છે.'

'પણ મારા આત્માના અવાજે મને આજ્ઞા કરી છે કે મારે તારી સલાહ પ્રમાણે જ વર્તવું.'

'મારી સલાહ એ છે કે તારે માથે વાળ ઊગશે ત્યારે જ આ બાબતમાં

આપણે કંઈ પ્રયત્ન કરીશું, તું અહીંથી જા. મારે હજી ઘણા વિચાર કરવાના છે.'

દલપત ચાલ્યો ગયો. થોડી વારમાં કાંતિલાલ આવ્યો. એના ચહેરા ઉપર આનંદ પથરાયો હતો. તેણે પૂછ્યું, 'કેમ, પેલા હનુમાનજીનું શું થયું?'

'થાય શું? માથે મૂંડો કરાવીને કન્યા જોવા આવ્યો. દેશનો ઉદ્ધાર થઈ રહ્યો!'

અને કાંતિ ખડખડાટ હસી પડ્યો. તે બોલ્યો:

'મારી યુક્તિ સફળ થઈ ખરી'

મેં આશ્ચર્ય અનુભવતાં પૂછ્યું, 'શું?'

કાંતિએ જવાબ આપ્યો, તું સવારમાં એની બારી પાછળથી ભૂંગળાથી બોલતો હતો એ મેં જોયેલું અને પછી જ્યારે એ સ્નાન કરીને આવ્યો અને તારા તેલની શીશી હાથમાં લીધી કે હું પણ ભૂંગળું લઈને પાછળ ગયો; છૂપી રીતે બોલ્યો, 'બેટા દલપત, તું ભગવાનનો સગો ભત્રીજો છો. દેવાનાંપ્રિય છો. તારે માથે વાળ ન શોભે.' અને દીકરો સીધો હૅરકટિંગ સલૂનમાં જ ગયો હોવો જોઈએ.'

આ ચમત્કાર સાંભળીને મારી આંખો ચાર થઈ ગઈ. મેં પૂછ્યું:

'કોઈનું ઘર મંડાતું હોય તેને તોડી પાડવામાં તને શો ફાયદો થવાનો છે?'

કાંતિએ જવાબ આપ્યો, 'હું સત્યભામાને જાણું છું. અમે બંને ચોથી અંગ્રેજીમાં સાથે ભણતાં હતાં. મૅટ્રિકમાં આવ્યા પહેલાં જ તેને ઉઠાડી મૂકી. આવી સારી છોકરી આ ભૂતને પરણે એ મને ન ગમ્યું, મારે બનાવટી આત્માના અવાજની મદદ લેવી પડી.'

હું કંઈ ન બોલ્યો, કાંતિએ મને શાંત બેઠેલો જોઈને કહ્યું:

'મૂંઝાય છે શા માટે લાવ તારા તેલની બે શીશી, હું બોણી કરાવું.'

કાંતિ બે શીશી લઈ ગયો. બીજે દિવસે જ્યારે હું ઑફિસમાં ગયો ત્યારે શેઠે મને કહ્યું:

'વાહ ભાઈ વાહ; મુરતિયો ભારે સરસ; એના ચહેરા ઉપર નહીં પણ એના મૂંડા ઉપર સો કૅન્ડલ પાવરનું તેજ હતું હો! આવા સ્વામીનારાયણના ચેલાને અમારી સત્યભામા કદી પણ પસંદ ન કરે સમજ્યા! તમારે જરા બુદ્ધિ વાપરવી હતી! આ જમાનાની કોઈ પણ છોકરી કોઈ મૂંડાને પસંદ કરે ખરી!'

મારે કંઈ દલીલ કરવા જેવું હતું નહીં. મૂંગે મોઢે શેઠનાં વચનો સાંભળી લીધાં અને કામે લાગી ગયો. નક્કી કર્યું કે જો મને વાર્તા લખતાં આવડશે તો જરૂર હું આત્માનો અવાજ ઉપર એક વાર્તા લખી નાખીશ.

* * *

૪ રૂપિયા ઉપરનાં બે આંસુ

માથે મૂંડો કરાવીને આવ્યો અને પછી કન્યા એને કેવી રીતે પસંદ કરે? આવી તદ્દન વિચિત્ર વર્તણૂક માટે મેં દલપતને ખૂબ ઠપકો આપ્યો પણ એનું લોહી જરા પણ તપે નહીં. તેણે કહ્યું:

'મેં તો મારા આત્માના અવાજ પ્રમાણે જ કામ કર્યું છે, મારો કંઈ વાંક નથી.'

'ભલે ભાઈ, તું તારા આત્માના અવાજ પ્રમાણે જ કામ કર્યા કર, હવેથી મને આવી બાબતમાં સંડોવતો નહીં.'

'પણ દોસ્ત, મને કન્યા ખૂબ ગમી ગઈ છે. એને જોઈ છે ત્યારથી એના સિવાય બીજું કોઈ મારી નજરે ચડતું નથી. સવારમાં ગીતાનો પાઠ કરું છું કે પાને પાને એનાં જ દર્શન થાય છે.'

આખી જિંદગી સુધી કુંવારા રહેવાના વિચાર ધરાવતો દલપત વેવલો પ્રેમી બની ગયો. દલપતની સ્થિતિ જોયા પછી મને થયું કે જ્યાં સુધી બાણ વાગ્યાં નથી ત્યાં સુધી જ માણસો બ્રહ્મચર્યની વાતો કરતા હોય છે, એક જ સપાટે અને એક જ ફૂંકે જો બ્રહ્મચર્યના કિલ્લાઓ જમીનદોસ્ત થઈ જતા હોય તો જરૂર એ કિલ્લાઓ કાગળના બનેલા હોવા જોઈએ. મેં દલપતને કહ્યું:

'હવે તારા માથે વાળ ઊગશે ત્યારે આપણે કંઈ વિચાર કરીશું. હમણાં તો બને એવું લાગતું નથી. તું પણ કમાલ છો. છોકરી પાસે છાપ પાડવા માટે હું તારા વિશે કેવી સુંદર વાતો કરતો હતો, ત્યાં તું સફાચટ કરાવીને આવ્યો! પ્રથમ પરિચયે માથે મૂંડો જોઈને આ જમાનાની કોઈ છોકરી તને પસંદ કરે ખરી?'

મારાં વચનો સાંભળીને દલપત બોલ્યો, 'પણ બહારના સૌંદર્ય કરતાં અંદરનું જ સૌંદર્ય વધુ પ્રભાવશાળી છે. છોકરીએ મારા અંતરનું સૌંદર્ય જોવું જોઈએ.'

ઉપનિષદના મંત્રો જેવી આ વાણી સાંભળીને મને વધુ ચીડ ચડી. મેં કહ્યું:

'હવે માફ કર. શરૂઆતમાં જ અંદરના સૌંદર્યની છોકરીને ક્યાંથી ખબર પડે? એ તો જરા નિકટ પરિચયમાં આવે ત્યારે જ ખ્યાલ આવે છે કે અંતરમાં કેવો જાદુ ભર્યો છે. તારા જેવા વેદિયા માણસો મેં આ દુનિયામાં બીજા જોયા નથી. શું કરું, તું રહ્યો મારો દોસ્ત અને તારા મામા સાથે મારે રહ્યો જૂનો સંબંધ, એટલે કંઈ બોલતો નથી. બીજું કોઈ હોત તો માથાકૂટ કરત પણ નહીં. કોઈનાં કોઠાં બેસાડવાં એ કંઈ મારું કામ નથી. માથે મૂંડો કરાવીને આવ્યો અને પડ્યો પ્રેમમાં. શું છોકરી બહુ ગમી ગઈ છે? પ્રથમ દૃષ્ટિએ જ તારા બ્રહ્મચર્યનાં ઝૂંપડાં હવામાં ઊડી ગયાં?'

દલપત બોલ્યો, 'આ બધી અંતરના અવાજની વાત છે, તને નહીં સમજાય. પળે પળે મારો અંતરાત્મા પોકારી રહ્યો છે કે તે મારી ધર્મ-પત્ની થવા સર્જાયેલી છે, અમે બંને લગ્નગાંઠથી જોડાઈશું તો આ સંસારને આદર્શ બનાવીશું. હાથમાં રાખીને આખો ભવસાગર તરી જઈશું, દેશની સેવામાં જીવન સમર્પણ અને... અને...'

'બસ, બસ, બહુ થયું દલપત! પણ હવે હું આ બાબતમાં કંઈ કરી શકું એમ નથી.'

'પણ તું છોકરીને પૂછી જો.'

'પૂછવા જેવું રહ્યું છે જ ક્યાં! એક કામ કર; મેં જે તેલની એજન્સી રાખેલી છે તે તેલ આજથી વાપરવું શરૂ કર. દિવસમાં ત્રણ ત્રણ વખત માથે ઘસજે; થોડા વખતમાં માથા ઉપર વાળ ઊગી જશે અને તારો દેખાવ કંઈ સુધરશે કે તરત જ આપણે ફરી એને મળવા જઈશું. આ દરમિયાન જો હું એને મળીશ તો...'

'તો તું મારી મુલાકાત ખાનગીમાં ગોઠવી દેજે.'

'ના, એ નહીં બને. માથા ઉપર ઠીક ઠીક વાળ ન આવે ત્યાં સુધી એને તારે મળવું નહીં. હું એને કોઈ પણ હિસાબે મળીશ.'

'તો તું એની પાસે મારાં ખૂબ વખાણ કરજે. મારું જીવન કેવું સાદું છે અને વિચારો કેવા ભવ્ય છે એ તું એને કહેજે. મેં ભવભૂતિ અને કાલિદાસ વાંચ્યા છે તે પણ જણાવજે. બાથરૂમમાં હું સારું ગાઈ શકું છું પણ...'

મેં દલપતને વચમાંથી જ રોકતાં કહ્યું, 'એમાં તારે કહેવું નહીં પડે. અચ્છા, તું હમણાં ત્રણ શીશી લઈ જા.'

અને દલપતને મેં ત્રણ શીશી તેલની પકડાવી. આ વખતે પૈસા એની પાસેથી રોકડા જ લઈ લીધા. એના ગયા પછી હું વિચાર કરતો હતો કે જો દુનિયામાં મૂર્ખાઓનું બજાર ભર્યું હોય અને કાઠિયાવાડના કોઈ બાપુને એના પ્રમુખ બનાવ્યા

હોય તો જરૂર દલપતને પહેલું ઇનામ મળે! દલપતની આ મનોદશા જોઈને માનસશાસ્ત્રના પ્રખર વિદ્વાન શ્રી હરભાઈ ત્રિવેદીના શબ્દો મને યાદ આવ્યા. તેમણે કહેલું છે કે જો મનને એની મરજી વિરુદ્ધ દબાવ્યા કરશો તો વખત જતાં એ જ તમને દબાવી દેશે. મન તો તોફાની ઘોડા જેવું છે; ચાબુકથી નહીં પણ એને પ્રેમથી વશ કરવું જોઈએ. વૃત્તિઓનું દમન નહીં પણ શમન કરતાં જે શીખે છે તે જ જિતેન્દ્રિય બની શકે છે.

આમ આ શબ્દો ઉપર વિચાર કરતો હતો ત્યાં કાંતિ આવ્યો અને કહ્યું:

'તેં પેલા ભૂતને ગુરુમંત્ર આપ્યો છે?'

'કેમ?'

'અરે, ઓરડીમાં બેસીને માથે તેલ ઘસવા બેઠો છે. આખરે તેં તારું કામ કર્યું લાગે છે?'

મેં કહ્યું, 'જો કાંતિ, તારી બદમાશીને લીધે જ તેણે મૂંડો કરાવી નાખ્યો, આવી અર્ધ સંન્યસ્તદશામાં તે ત્યાં કન્યા જોવા આવ્યો અને આખી વાત મારી ગઈ. છોકરી ગમી ગઈ છે અને માટી મૂંઝાયો છે.'

કાંતિ હસી પડ્યો અને બોલ્યો, 'બિચારો દલપત! બીજું તો કંઈ નહીં પણ તું આ બાબતમાં રસ લે છે એ મને પસંદ નથી. તું કોઈનો ભવ બગાડીશ. દલપત કેવો ધૂની છે તે તું જાણે છે. આજકાલ ભાઈ શીંગનાં ફોતરાં અને કેરીનાં છોતરાં ઉપર જીવવાનો અખતરો કરી રહ્યા છે. આ સંઘ કાશીએ પહોંચશે?'

'તું એમાં ન સમજે. સ્ત્રીના સંસર્ગમાં આવ્યા પછી ભલભલા વેદિયાઓ ફૂલગુલાબી બની ગયા છે. દલપતનું પણ એમ જ થશે. મને માનસશાસ્ત્રનું થોડું જ્ઞાન છે સમજ્યો?'

'ભલે ભાઈ ભલે, આજકાલ આ માનસશાસ્ત્ર ખૂબ ચાલી રહ્યું છે અને તે એવું શાસ્ત્ર છે કે એમાંથી દરેક જાતના ખુલાસા સંતોષપૂર્વક મળી જાય છે. દાળમાં મીઠું કેમ વધારે પડી ગયું એનું કારણ એમાંથી મળી રહે છે અને છીંક ખાવા પાછળ કયા સિદ્ધાંતો કામ કરે છે એ પણ એમાંથી જાણી શકાય છે. આજકાલ વાતવાતમાં તમે લોકો 'સાઇકૉલૉજી' લાવો છો. હું તો આ ચાલ્યો. આ શાસ્ત્રમાં આપણી ચાંચ ન ખૂંચે. હું તો એટલું જાણું કે જો વિરોધી સ્વભાવ હશે અને બેમાંથી એક પણ પક્ષ નમતું નહીં આપે તો જરૂર પાકિસ્તાન થવાનું છે.'

આટલું કહીને કાંતિ ચાલ્યો ગયો અને શહેરમાં ફરવા નીકળી પડ્યો. બસના સ્ટૅન્ડ પાસે ઊભો હતો ત્યાં મેં સત્યભામાને જોઈ. તેણે નમસ્તે કર્યા અને મેં પણ મોકો જોઈને દલપત વિશે વાત શરૂ કરતાં કહ્યું:

'દલપત એવો અજબ બુદ્ધિશાળી છે કે ન પૂછો વાત. નિખાલસ પણ ભારે! તે દિવસે તે તમારે ત્યાં આવ્યો એ પહેલાં જ એને અર્ધા કલાકે તાર મળેલો કે એની કાકી મૃત્યુ પામી છે. બિચારાએ તરત જ માથે મૂંડો કરાવી નાખ્યો અને તમારે ત્યાં આવવાનું વચન આપ્યું હતું તે તેણે પાળ્યું. મારા જેવો હોય તો આવી રીતે કોઈને ત્યાં ન જાય. બાકી માણસ છે ટેકીલો અને એકવચની 'કળજુગમાં આવા હીરા મળવા મુશ્કેલ: બીજું મામાનો બધો વારસો પણ એને જ મળવાનો છે.'

આવા પ્રકારની મેં ઘણી વાતો સત્યભામાને જણાવી પણ તે કંઈ બોલી નહીં. બીજી થોડી વાતો કરી અમે જુદાં પડ્યાં. બે દિવસ પછી દલપત મારે ત્યાં આવ્યો ત્યારે મેં તેને આ વાત જણાવી. તે ખુશ થયો અને કહ્યું:

'તારે પ્રસંગ મળ્યે આ કામ કર્યા કરવું, અગાઉથી ભૂમિકા તૈયાર કરી રાખજે. માથે વાળ ઊગ્યા પછી આપણે મુલાકાત ગોઠવીશું. મામા પણ કબૂલ થયા છે અને હું એને પરણવા ઇચ્છું છું એ જાણીને ખૂબ ખુશ થયા છે, જો દોસ્ત, આજે એક શનિનું નંગ પણ લઈ આવ્યો છું. જોશીનું એમ કહેવું છે કે મને શનિ નડે છે.'

મેં હસવું રોકી રાખ્યું, પ્રેમમાં પડ્યા પછી માણસોની કેવી દશા થાય છે એ વિશે મને જાતજાતના વિચારો આવવા લાગ્યા.

આખરે મેં આપેલા તેલના પ્રતાપે દલપતના માથાનું મેદાન વાળથી ભરાઈ ગયું. મામાએ બીજી મુલાકાત ગોઠવી, પરિણામ શુભ આવ્યું અને થોડા વખતમાં દલપતનાં લગ્ન કરવામાં આવ્યાં. આમ સંસારમાં એક બ્રહ્મચારી ઓછો થયો અને દલપતનો સંસાર શરૂ થયો.

દિવસો ગયા અને કાંતિએ મને એક દિવસ જણાવ્યું. 'આખરે હું કહેતો હતો એમ જ થયું. અરે યાર, ક્યાં પેલો વગડાઉ હનુમાન અને ક્યાં પેલી ગુલાબની કળી!'

'કેમ શું છે?'

'હોય શું? બંને વચ્ચે રોજ હુલ્લડ થયા કરે છે. એની સ્ત્રીને બહાર હરવાફરવાનો બહુ શોખ છે ત્યારે દલપતને તો તું જાણે છે. પેલીને દરેક નવી ફિલ્મ જોવી જોઈએ અને દલપત કહે છે કે એણે ગીતા વાંચવી જોઈએ. દીકરો આદર્શવાદમાંથી ઊંચો આવતો નથી. હું બાજુમાં રહું છું. એટલે આ વાત જાણું છું. પેલીને સુંદર રસોઈ બનાવતાં આવડે છે છતાં પણ દલપત ગોળ અને શીંગના અખતરા કરી રહ્યો છે. હવે તું જ કહે કે આ કંપની વહેલી કે મોડી ફડચામાં જશે કે નહીં?'

કાંતિના શબ્દો સાંભળીને હું વિચારમાં પડી ગયો. દલપત મારે ત્યાં બહુ આવતો નહીં અને કોઈ વખત આવે તો થોડું બેસી ચાલ્યો જતો. ઘેર તો મને બોલાવે જ નહીં. હું મનમાં સમજી ગયેલો કે દલપતને ઘેર જુવાન પાડોશી બેસવા આવે તે ગમતું ન હતું. મેં કાંતિને પૂછ્યું:

'તું દલપતને ઘેર કોઈ વાર જાય છે ખરો?'

'હા, ઘણી વાર જાઉં છું પણ જ્યારે જાઉં છું ત્યારે મારી સાથે દલપત એક જ વાત કરે છે; એ કહે છે કે આપણા માળાના બધા માણસો ચારિત્ર્યની દૃષ્ટિએ હલકા છે. બધા સત્યભામાને જ જોયા કરે છે.'

પણ કાંતિ ઘણા વખતથી દાઢી રખાવતો હતો. આજે મેં એને અચાનક પૂછ્યું:

'તું હમણાં દાઢી શા માટે રખાવે છે? કૉમ્યુનિસ્ટ થવાનો છે કે પછી સંન્યાસી બનવા માગે છે?'

'દોસ્ત, દાઢી રાખવાથી આપણી પ્રતિભા વધી જાય છે. સામા માણસને એમ લાગે છે કે આપણે કંઈક છીએ. દલપત પણ મને એમ જ કહે છે કે દાઢી રાખવાથી હું ટાગોરના બચલા જેવો લાગું છું અને મારી ભવ્ય છાપ પડે છે.'

કાંતિ પાસેથી આ હકીકત સાંભળ્યા પછી બે દિવસ રહીને હું સાંજે દલપતને ત્યાં ગયો અને જોયું તો બહારથી તાળું માર્યું હતું પણ અંદરથી જ અવાજ આવ્યો એટલે મેં બૂમ પાડી:

'દલપત! એય દલપત!'

દલપતની સ્ત્રીનો દુઃખી અવાજ જવાબમાં સાંભળ્યો, 'બહાર ગયા છે.'

'તાળું કેમ માર્યું છે?'

મારો અવાજ ઓળખીને સત્યભામા બારી પાસે આવી અને કહ્યું:

'હમણાં રોજ તાળું મારીને બહાર જાય છે. તમે કેમ આવતા નથી?'

આટલું કહીને એ રડવા જેવી થઈ ગઈ અને સીધીસાદી છોકરી સત્યભામાની આ દશા જોઈને મને ખૂબ દુઃખ થયું. હું એમ માનતો હતો કે લગ્ન પછી દલપત સુધરી જશે પણ આ તો એથી વિરુદ્ધ જ થયું. આ જમાનામાં છોકરીને ઘરમાં પૂરવી એ ખરેખર ભયંકર અત્યાચાર છે એમ મને લાગ્યું. દુઃખ અને રોષને દબાવતો હું થોડી વાર શાંત ઊભો રહ્યો અને પછી મેં સત્યભામાને કહ્યું:

'હું તમને જરૂર મળીશ. આપણે ઘણી વાતો કરીશું.'

અને હું ચાલ્યો ગયો.

રાત્રે મેં દલપતને બોલાવ્યો અને કહ્યું:

'આ તને શોભે ખરું? સત્યભામાને તું ઓરડીમાં પૂરીને જાય છે? શરમ

નથી આવતી?' દલપત બોલ્યો, 'એનું કારણ છે. હું બહાર જાઉં છું કે તરત જ તે બહાર નીકળી પડે છે. એને મોજશોખ બહુ ગમે છે. હું એને સાદું જીવન ગાળવા માટે આગ્રહ કરી રહ્યો છું એ એને ગમતું નથી. આદર્શ જીવન કોને કહેવાય તે મારે એને શીખવવું છે.'

'પણ ભૂત? આવું તે વર્તન હોય? તાળું મારવાથી શું તે તારા વિચાર પ્રમાણે જિંદગી ગાળતી થઈ જશે કેમ? સ્ત્રીમાં સાધારણ શોખ હોય તે શું ખરાબ છે? તારે એને સાધ્વી બનાવી દેવી છે? આવું જ કરવું હતું તો લગ્ન શા માટે કર્યું? તારું આ વર્તન ઘણું જ ખરાબ છે.'

દલપતે જવાબ આપ્યો, 'મારું વર્તન સારામાં સારું છે. હું એને એક આદર્શ સ્ત્રી બનાવવા માગું છું. પુરુષો સાથે એ વાતચીત કરે એ પણ મને પસંદ નથી.'

હું મનમાં સમજી ગયો કે દલપતના હૃદયમાં માલિકીની ભાવના વધુ પડતી ઊંડી પેસી ગઈ છે. દલપત સત્યભામાને ખૂબ ચાહે છે પણ માનસશાસ્ત્રની દૃષ્ટિએ આ પ્રેમનો અતિરેક છે એમ મને લાગ્યું અને તેથી એમાંથી અવિશ્વાસનો જન્મ થયો છે. મેં કહ્યું:

'દલપત, તારે ત્યાં કાંતિ તો ઘણી વાર આવે છે એની સાથે તારી સ્ત્રી વાતો નથી કરતી?'

'કરે છે પણ એનો મને વાંધો નથી.'

'કેમ?'

'કારણ કે તે દાઢી રખાવે છે અને જ્યાં સુધી એની દાઢી હશે ત્યાં સુધી મારે ભય રાખવાનું કંઈ કારણ નથી.'

દલપતનું આ તર્કશાસ્ત્ર સાંભળીને મને ખૂબ હસવું આવ્યું. મેં એને ઘણું સમજાવ્યો પણ તે માન્યો જ નહીં અને હવે આ ગૂંચવાયેલા સંસારને કેમ સુધારવો એની મને ચિંતા થવા લાગી. બે દિવસ પછી દલપત અને કાંતિ વચ્ચે તકરાર થઈ ગઈ, દલપતે ક્રોધમાં કહ્યું:

'પણ તેં દાઢી શા માટે કપાવી નાખી? મને આ પસંદ નથી.'

કાંતિએ ચિડાતાં કહ્યું: 'તને પસંદ હોય કે ન હોય એની મને પરવા નથી.'

'પણ કપાવી શા માટે?'

'અકસ્માત થઈ ગયો એટલા માટે,'

'કયો અકસ્માત? કેવી જાતનો અકસ્માત?'

'આટલો બધો ગુસ્સે શા માટે થાય છે? સિગારેટ સળગાવતાં દાઢી સળગી ગઈ. માંડ માંડ બચ્યો નહીંતર આખું મોઢું સળગી જાત. આમ બન્યું એટલે

હજામત કરાવી આવ્યો.'

'તું અસત્ય બોલે છે. જ્યાં સુધી તારી દાઢી ન ઊગે ત્યાં સુધી તારે મને મળવા ઘેર ન આવવું.'

'જરૂર આવીશ. તું ન બોલે તો કંઈ નહીં, સત્યભામા સાથે વાતો કરીશ.'

કાંતિ ઘણી વાર દલપતને ત્યાં જતો અને સત્યભામા સાથે વાતો કરતો, પણ દલપતને આ ગમતું ન હતું. પછી તો મેં પણ દલપતની પંચાત છોડી દીધી હતી. હા, સત્યભામાને બે-ત્રણ વખત હું મળ્યો હતો અને એની બધી વાત સાંભળી હતી.

થોડા દિવસ પછી સવારના પહોરમાં હું વહેલો ઊઠ્યો હતો, કારણ કે બાજુમાં રહેતા છગનલાલની સ્ત્રીએ આખી રાત બૂમો પાડી હતી અને મારી ઊંઘ બગડી હતી. બહાર જઈને દૂધવાળાની રાહ જોતો હું વરંડામાં ઊભો રહ્યો હતો પણ એવામાં દલપતની ઓરડીનાં બારણાં ભડાભડ ખખડવાં લાગ્યાં. ત્યાં જઈને જોયું તો બહારથી તાળું માર્યું હતું, આ વખતે મને કંઈ નવાઈ ન લાગી. અંદરથી અવાજ આવ્યો:

'ખોલો, ખોલો જલદી ખોલો.'

દલપતનો એ અવાજ હતો અને સવારના પહોરમાં કંઈ ધમાલ ન થાય અને આડોશીપાડોશી ભેગાં ન થઈ જાય એ ઇરાદાથી મેં બારીમાંથી તરત જ દલપતને પૂછ્યું:

'શું છે? શી ધમાલ માંડી છે?'

'ભાઈસા'બ જલદી ખોલો, લો આ ચાવી.' દલપત ગભરાતાં ગભરાતાં બોલ્યો. એના શ્વાસની ગતિ વધી ગઈ હતી અને જાણે ખોળિયામાંથી જીવ હમણાં જ ચાલ્યો જશે એવી એની દશા હતી. બારીમાંથી તેણે મને તાળાની ચાવી આપી. મેં તાળું ખોલ્યું અને પાંજરામાંથી નવું પુરાયેલું પ્રાણી જેમ બહાર કૂદી આવે એમ તે બહાર આવ્યો અને મારો હાથ પકડતાં કહ્યું:

'સત્યભામા નાસી ગઈ લાગે છે. મને સૂતો મૂકીને ચાલી ગઈ છે. મહેરબાની કરીને તું મને મદદ કર; મારો જીવ બચાવ.'

આટલા શબ્દો કહેતાં તો દલપત હાંફી ગયો. મેં શાંતિથી કહ્યું:

'એમાં ગભરાય છે શા માટે? એમ તે ક્યાં જશે!'

'પણ તું હમણાં કોઈને વાત કરતો નહીં. લોકોને ખબર પડશે તો મારું નાક કપાઈ જશે.'

'નહીં કપાવા દઉં.'

'પહેલાં ચાલ આપણે કાંતિની તપાસ કરીએ. મને એ હરામખોર ઉપર શંકા છે. જ્યારથી તેણે દાઢી કપાવી ત્યારથી જ મને શંકા પેસી ગયેલી કે જરૂર નવાજૂની થશે.'

અમે કાંતિની ઓરડી પાસે ગયા અને જોયું તો તાળું માર્યું હતું. આ જોઈને દલપતના પગ ગભરાટને લીધે ધ્રૂજવા લાગ્યા. એ બોલ્યો:

'એ બદમાશ જ સત્યભામાને ભોળવી ગયો છે. એને પોલીસમાં પકડાવી દે: કાળા પાણીની સજા કરાવી દે.'

'મેં કહ્યું, 'તું શાંત થા. આવી નાજુક બાબતમાં ઉતાવળ કરવી તે સારું નથી. ઠંડે કલેજે કામ કરવું જોઈએ. ચાલ આપણે પોલીસમાં જઈએ.'

દલપતના સંતોષની ખાતર હું એની સાથે પોલીસચોકીમાં ગયો અને ત્યાં ફરિયાદ નોંધાવી. પોલીસ અમલદારે પૂછ્યું, 'શું તમારી વહુ રૂપાળી હતી?'

'હા સાહેબ, ઊઘડતા કમલ જેવી સુંદર હતી; કહો તો ફોટો આપી જાઉં.' અમલદારે કડક બનીને કહ્યું, 'હું કવિતા સાંભળવા નથી માગતો. ફોટો આપી જજો.'

અમે બંને બહાર આવ્યા એટલે મેં દલપતને કહ્યું, 'ફોટો આપવાથી આપણો ફજેતો થશે. કાંતિનો અને સત્યભામાનો ફોટો એ લોકો છપાવશે, તને આ પસંદ છે?'

દલપત મૂંઝાયો. એ બોલ્યો, 'ના ભાઈસા'બ, આપણે એવું નથી કરવું. ફોટો નહીં આપું અને ફોટો જોઈને આ અમલદાર એના પ્રેમમાં નહીં પડી જાય એની શી ખાતરી? સત્યભામાને શોધી કાઢીને પોતાના ઘરમાં જ છુપાવી દે તો આપણને ક્યાંથી ખબર પડે?'

મેં કહ્યું, 'મૂંઝાઈશ મા, તું આખો દિવસ ઓરડીનાં બારણાં બંધ કરી ગીતાનો પાઠ કરજે અને આત્માના અવાજને પૂછી જોજે કે તારી વહુ ક્યાં ગઈ છે?'

'ભાઈસાહેબ, મારો અવાજ સુકાઈ ગયો છે; આત્મા મારો ખોવાઈ ગયો છે, હવે અવાજ ક્યાંથી આવે?'

દલપત રડવા જેવો થઈ ગયો. મેં કહ્યું, 'ઘેર રહેજે; કાંતિ આવે છે કે નહીં એ ધ્યાન રાખજે. અને હું આખા ગામમાં તપાસ કરીશ.'

આમ અમે બંને છૂટા પડ્યા. દલપત કાંતિની રાહ જોતો ઠેઠ સાંજ સુધી અમારા મકાનના દરવાજે ઊભો રહ્યો. હું બહારથી આવ્યો કે તરત જ દલપત બોલી ઊઠ્યો:

'હજુ સુધી એનો પત્તો નથી. હું અહીં જ ઊભો છું. તેં શું કર્યું? ક્યાંય પત્તો લાગ્યો?'

હું જોઈ શક્યો કે દલપતના મગજમાં જ્વાળામુખી ફાટી ઊઠ્યો હતો, કાંતિ મળે તો તે આખો ને આખો ખાઈ જાય એમ એની આંખો કહેતી હતી. મેં કહ્યું:

'મૂંઝાતો નહીં: પોલીસ અમલદારોએ છૂપી રીતે ચારે બાજુ તપાસ શરૂ કરી દીધી છે. હું અમલદારને મળીને જ આવું છું.'

'પણ સત્યભામાનો ક્યારે પત્તો લાગશે? દોસ્ત એ કેવી સરસ છોકરી છે; બિચારી ક્યાંક દુ:ખી તો નહીં હોય ને? કાંતિ એને ભોળવી ગયો.'

'તેં તારી પત્નીને આવી રીતે રાખી એનું આ પરિણામ છે. તારો એની પ્રત્યે પ્રેમ છે એ હું જાણું છું. પણ તારા વધુ પડતા પ્રેમને લીધે એ બિચારી ગૂંગળાઈ ગઈ અને આખરે નાસી છૂટી હશે. પ્રેમથી તમે સામા માણસનું હૃદય બાંધો પણ હાથપગ બાંધવા જાઓ તો તે હાથમાંથી છટકી જાય છે. દોસ્ત, જીવનને વહેતું રાખવામાં મજા છે; એની આસપાસ ખોટી પાળ બાંધવાથી પાણી વાસ મારી જાય છે.'

જાણે સર્વસ્વ લૂંટાઈ ગયું અને હવે જીવનમાં કંઈ સાર નથી એવી છાયા દલપતના ચહેરા ઉપર છવાઈ રહી. એ બોલ્યો:

'ખરેખર, મેં ભૂલ કરી છે. હવે જો સત્યભામા મળી જાય તો હું...હું...એને કંઈ નહીં કહું.' આટલું કહેતાં તો દલપતના ગળે ડૂમો ભરાઈ ગયો. એના ખભા ઉપર હાથ મૂકતાં મેં કહ્યું:

'ચાલ દોસ્ત, મારી ઓરડીમાં, અહીં ઊભા રહીને થાકી ગયો હોઈશ.'

'તું જા, હું હજુ થોડી વાર રાહ જોઈશ.'

'પણ એ બહારગામ ઊપડી ગયો હશે તો?'

'નથી ગયો, મેં એના એક મિત્રને પૂછ્યું હતું અને તેણે જવાબ આપેલો કે તેણે સાંજે છ વાગ્યે ચોપાટી ઉપર જોયો હતો. તું માન કે ન માન એ જરૂર અહીં આવવો જોઈએ.'

હું ચાલ્યો ગયો. રાત્રે નવ વાગ્યે કાંતિ આવ્યો અને દલપતે તરત જ એને ગળામાંથી પકડ્યો અને પૂછ્યું:

'એક નંબરના બદમાશ! ક્યાં છુપાવી છે તેં સત્યભામાને?'

'તારું ચસકી ગયું લાગે છે. મારે શું કરવી છે તારી સત્યભામાને! મને છોડ નહીંતર માર ખાઈ બેસીશ.'

દલપત કાંતિને પકડીને મારી ઓરડીમાં લઈ આવ્યો અને જાણે કોઈ મોટો ગુનેગાર પકડી લાવ્યો હોય તેમ મને કહ્યું:

'આ આવ્યો; મેં એને પકડ્યો છે. ચાલ પોલીસમાં સોંપી દઈએ ત્યાં અવળા હાથની અડબોથ ખાશે ત્યારે જ સાચી વાત કરશે.'

કાંતિ તો હસતો હતો. મેં એને પૂછ્યું, ‘તું સત્યભામા વિશે કંઈ જાણે છે?’

‘ના. હું કંઈ નથી જાણતો.’

‘તું ગઈ કાલ રાતનો ક્યાં ગયો હતો?’

‘હું નાટક જોવા ગયેલો, પણ મોડું થતાં એક દોસ્તને ત્યાં સૂઈ રહ્યો. પછી એને ત્યાં આજે સવારે જમ્યો અને ઑફિસમાં ગયો. ઑફિસમાં બપોરે ઊંઘ આવવા લાગી એટલે શેઠની રજા લઈને સિનેમા જોવા ગયો; સાંજે ચોપાટી ઉપર ફરવા ગયો, ત્યાંથી લૉજમાં જમવા ઊપડ્યો. ત્યાં એક મિત્ર સાથે દોઢ કલાક સુધી ગપ્પાં માર્યાં અને અહીં આવ્યો કે આ બબૂચકે મારું ગળું પકડ્યું. મને શું ખબર સત્યભામા નાસી ગઈ છે.’

કાંતિની વાત મેં સાચી માની લીધી અને આખરે દલપતને પણ ખાતરી થઈ ગઈ કે એની પત્નીને નસાડી જવામાં કાંતિનો હાથ નથી. દલપતે કાંતિની માફી માગતાં કહ્યું:

‘હું દિલગીર છું પણ આ વાત તું કોઈને કહેતો નહીં.’

‘કોઈને નહીં કહું, કહેશે તો હું મદદ પણ કરીશ.’

મદદ કરવાનું વચન આપીને કાંતિ એની ઓરડીમાં જઈને સૂઈ ગયો. દલપત મોડી રાત સુધી મારી પાસે બેઠો અને પછી મારી ઓરડીમાં કંઈ પણ પાથર્યા વિના જમીન ઉપર પડી રહ્યો. રાત્રે ઊંઘમાં તે બકતો હતો કે:

‘ઓ સત્યભામા તું પાછી આવ, હવે તને હેરાન નહીં કરું, આપણે લહેર કરીશું. તું મને સારી સારી રસોઈ બનાવી આપજે, હું ખાઈશ, હવેથી શીંગ તથા ગોળના અખતરા નહીં કરું.’

આમ પાંચ દિવસ ચાલ્યા ગયા અને દલપતના ચહેરા ઉપરથી નૂર ઊડી ગયું. સવારથી તે રાત સુધી દલપત, આખા મુંબઈમાં પગે ચાલીને સત્યભામાની શોધ કર્યા કરતો, પણ ક્યાંય પત્તો લાગતો નહીં. છઠ્ઠે દિવસે સવારે પોસ્ટમૅન મારી ટપાલ લાવ્યો. મેં કાગળ કવર ફોડ્યું અને જોયું તો તે સત્યભામાનો કાગળ હતો. એ કાગળ તેણે મને લખ્યો હતો. પત્ર મેં શાંતિથી વાંચવો શરૂ કર્યો:

ભાઈશ્રી,

તમારી સૂચના પ્રમાણે હું અમદાવાદ આવી પહોંચી છું અને અહીં ગંગાબહેનને ત્યાં રહું છું. મારા આવ્યા પહેલાં એમને તમારો કાગળ મળી ગયો હતો અને મારા વિશે તેમણે બધી હકીકત તમારા પત્રમાંથી જાણી લીધી હતી. ખરેખર, બહુ જ પ્રેમાળ અને ભલા સ્વભાવનાં બાઈ છે. મને તો તે પોતાની દીકરીની જેમ રાખે છે.

અતિ પ્રેમની ગૂંગળામણમાંથી હું છૂટી છું અને તેથી અહીં મારા દિવસો ખૂબ જ આનંદમાં પસાર થાય છે. હવે મારે શું કરવું અને અહીં કેટલા દિવસ રોકાવું એની સૂચના મને વળતા પત્રમાં લખશો. એમની શી સ્થિતિ છે તે જરૂર જણાવજો. શું તમે એમ માનો છો કે તમે શરૂ કરેલો અખતરો ફળીભૂત થશે અને ધાર્યું પરિણામ લાવશે? મારા પિતાજીને તમે મળ્યા હશો. મેં તેમને આજે જ પત્ર લખ્યો છે. એમની ગણતરી તો એવી છે કે આપણે જે અખતરો કર્યો છે એનું કંઈ પરિણામ નહીં આવે, એ તો એમ કહે છે કે માણસના સ્વભાવનું કંઈ ઓસડ જ નથી હોતું, પણ તેમણે તો ફક્ત તમારા આગ્રહને વશ થઈને જ આ પ્રયોગમાં મદદ કરવાનું કહ્યું છે.

આ વાતમાં કંઈ આડુઅવળું ન કપાઈ જાય અને ખરાબ પરિણામ ન આવે એ તમારે જોવાનું છે. એમના વિશેની બધી વાત મને વિગતવાર લખશો. મને ચોક્કસ ખાતરી છે, કે મારાં વિના એમના દિવસો નહીં જતા હોય, તેમણે કેવી કેવી કલ્પનાઓ કરી છે તે પણ મને જણાવજો.

એ જ લિ. તમારી નાની બહેન
સત્યભામાનાં વંદન

સત્યભામા ગંગાબહેનને ત્યાં આનંદમાં છે એ જાણીને મને સંતોષ થયો, કાગળ પૂરો થયો અને હવે કેમ કામ લેવું એ વિશે વિચાર કરતો હતો ત્યાં દલપત આવ્યો. તેણે કહ્યું:

'હવે મારાથી જીવી શકાય એવી સ્થિતિ નથી. મને ઊંઘ આવતી નથી. મહેરબાની કરીને તું પોલીસને મળ; ભલે ગમે એટલો ખર્ચ થાય; સગાંસંબંધીમાં કોઈને ખબર પડશે તો મારી આબરૂના કાંકરા થઈ જશે.'

મેં કહ્યું, 'સાંભળ દલપત, આ કંઈ રમત નથી, આખા હિંદુસ્તાનમાં છોકરી ક્યાં છુપાઈ ગઈ હશે એની પોલીસને એકદમ ક્યાંથી ખબર પડે? હમણાં જ છૂપી પોલીસનો માણસ આવ્યો હતો અને તેણે જણાવ્યું કે આઠેક દિવસમાં જરૂર પત્તો લાગી જશે.'

'હજી આઠ દિવસ? લે હું તને પાંચસો રૂપિયા આપું છું. પોલીસને આપી દેજે અને કહેજે કે જેમ બને તેમ જલદી પત્તો મેળવી આપે.'

આટલું કહીને દલપતે મને પાંચસો રૂપિયા આપ્યા અને મેં ખિસ્સામાં મૂક્યા. એવામાં મેં સત્યભામાના પિતા દલીચંદભાઈને મારી ઓરડી આગળથી પસાર

થતા જોયા એટલે મેં બૂમ પાડી, ‘આવો દલીચંદભાઈ!’

દલીચંદભાઈને જોઈને જ દલપતનાં ગાત્રોમાં બરફ જામી ગયો. શેઠે દાખલ થતાં જ દલપતને ઉદ્દેશીને કહ્યું:

‘હું તમને જ મળવા આવ્યો હતો. આવતી કાલે મારો જન્મદિવસ છે એટલે સત્યભામાને તેડવા આવ્યો છું. છેલ્લા સાત દિવસથી એ ઘરે પણ આવી નથી અને નથી ટેલિફોન પણ કર્યો. આજે થયું કે ચાલ, છોકરીને તેડતો જાઉં.’

શબ્દે શબ્દે દલપતનું હૃદય કપાતું હતું. જવાબ શોધી કાઢવા માટે તે મૂંઝાતો હતો. આખરે તેણે હિંમત એકઠી કરતાં જવાબ આપવાનો પ્રયત્ન કર્યો:

‘એ તો છેલ્લા બે દિવસથી સાન્તાક્રુઝ ગઈ છે, એની બહેનપણી ત્યાં રહે છે.’

દલીચંદશેઠે મારી તરફ લુચ્ચાઈભરી દૃષ્ટિ ફેંકી અને પછી દલપતને કહ્યું:

‘હું મોટરમાં એ બાજુ જવાનો છું. કોને ત્યાં છે તે કહો એટલે હું એને ત્યાંથી તેડતો જઈશ.’

‘આપ શા માટે તસ્દી લો છો? હું તેડી લાવીશ પણ... પણ...’ દલપત થોથવાયો અને પછી વિચારોની રચના સરખી કરતાં કહ્યું, ‘પણ એ તો કદાચ ગઈ કાલે આબુ પણ ગઈ હોય. એની બહેનપણીની સાથે એ જવાની વાત કરતી હતી. પણ મને મળ્યા વિના જાય તો નહીં. હું હમણાં જ સાન્તાક્રુઝ જાઉં છું.’

‘આબુ એકલી જાય એ સારું નહીં. તમે પણ જઈ આવો ને!’

દલપતે અભિનય કરતાં કહ્યું, ‘એમાં શું વાંધો છે? છોકરીઓ તો એકલી હરેફરે તો હોશિયાર થાય. મારે જવાની કંઈ જરૂર નથી. આપણે આપણી છોકરીઓ ઉપર અવિશ્વાસ રાખીએ છીએ તે યોગ્ય નથી.’

પુસ્તકમાંથી વાંચી જતો હોય એવી દલપતની ભાષા હતી. એના હૃદયમાં તો ફફડાટ હતો. દલીચંદશેઠ બોલ્યા:

‘તમારા વિચારો મને પસંદ છે. હું પણ બે દિવસ પછી આબુ જવાનો છું, આપણે ત્યાં હવા ખાવા માટે બંગલો આ વખતે લીધો છે.’

‘શું તમે પણ આબુ જવાના છો?’ દલપતની આંખો ફાટી રહી. તેણે મારી સામે જોયું. એની આંખો એમ કહેતી હતી કે ‘બચાવ, મહેરબાની કરીને બચાવ.’ મેં દલપતને કહ્યું:

‘તું હમણાં જ સાન્તાક્રુઝ જા અને તપાસ કર કે સત્યભામા આબુ ગઈ છે કે નહીં. મને પણ તેણે કહેલું કે તે કદાચ આબુ જાય.’

‘ભલે હું હમણાં જ જાઉં છું.’ દલપત ઊભો થયો અને ઓરડીની બહાર નીકળી ગયો.’

દલીચંદશેઠે મૂછમાં હસતાં હસતાં મને પૂછ્યું, 'કેમ ભાઈ, મને તો આ કેસમાં ચાર આની સુધારો લાગે છે. એના વિચારો ફરી ગયા હોય એમ દેખાય છે.'

'અરે શેઠ, ચાર આની શા માટે! મારી ગણતરી પ્રમાણે તો સોળ આના સુધારો થઈ ગયો છે.'

'તમને જો એમ લાગતું હોય તો સત્યભામાને પાછી બોલાવી લઈએ.'

'ના, એમ નથી કરવું. દલપત સત્યભામાને તેડવા જાય એવું આપણે કરવું પડશે. હજી તમે બે દિવસ રાહ જુઓ.'

'ભલે તમારી મરજી. મને મળતા રહેજો.'

દલીચંદશેઠ ચાલ્યા ગયા, અને જેવા ગયા કે તરત જ બે મિનિટમાં દલપત દાખલ થયો. મેં પૂછ્યું:

'એટલી વારમાં સાન્તાક્રુઝ જઈ આવ્યો?'

'ના યાર, હું તો નીચે ખૂણા ઉપરની હોટેલમાં એક ખૂણે બેઠો હતો. સસરાજીને જતા જોયા કે અહીં આવ્યો. હવે મને બચાવવો એ તારા હાથની વાત છે. તું કંઈ એવી યુક્તિ કર કે તે આબુ ન જાય, નહીંતર બધું ફૂટી જશે. શું કરવું તે મને સૂઝતું નથી. મારો જીવ ગભરાય છે.'

મેં કહ્યું, 'તું કોઈ દિવસ હોટેલમાં જતો નથી અને આજે ત્યાં જઈને બેઠો?' શું હોટેલમાં જવાથી કંઈ પાપ થઈ જાય છે?'

'એ તો તું એમ માનતો હતો એટલે મેં પૂછ્યું. તું તો કદી અસત્ય પણ નથી બોલતો અને આજે કેવું સુંદર અસત્ય બોલ્યો!'

'એ અસત્ય નથી પણ વ્યાવહારિક સત્ય છે.' દલપતે જવાબ આપ્યો.

હું દલપતને નીરખી રહ્યો. બિચારાની મૂંઝવણનો કંઈ હિસાબ ન હતો. મેં કહ્યું:

'મૂંઝાતો નહીં. તારા સસરાને આબુ જતાં હું રોકીશ, પણ દલપત, ધારો કે સત્યભામા મળે અને તું ફરી એને ગૂંગળાવી નાખે અને આદર્શ જીવનની વાત શરૂ કરે તો?'

'અરે એ વાતમાં શું માલ છે! આઠ દિવસ પહેલાંના દલપતમાં અને આજના દલપતમાં ઘણો ફેર પડી ગયો છે.'

આટલું કહીને દલપત ઊંડા વિચારમાં પડી ગયો. એના મુખમાંથી નિઃશ્વાસ નીકળી પડ્યો અને ફરી તે બોલ્યો:

'પણ એ કોઈને પરણી તો નહીં ગઈ હોય ને?'

'ના રે ના, સત્યભામાને હું સારી રીતે ઓળખું છું. એનો તારા પ્રત્યે અદ્ભુત પ્રેમ છે પણ તેં એના તરફ કંઈ ધ્યાન જ નથી આપ્યું, એના ઉમળકાઓનો તેં

જવાબ જ નથી આપ્યો. તેં તો એને તારા પ્રેમના પ્રવાહમાં જ ગૂંગળાવી દીધી છે.'

દલપત ધીરેથી બોલ્યો, 'તારી વાત સાચી લાગે છે. એ મારે માટે સુંદર રસોઈ બનાવતી પણ હું ખાવાની ના પાડતો, કારણ કે હું સ્વાદને જીતવાના અખતરા કરતો હતો, તે મને કોટપાટલુન પહેરવાનું કહેતી તો હું વાતને ધિક્કારી કાઢતો અને સિનેમા જોવા જવાનું કહેતી તો હું એને ગીતા વંચાવતો. મેં એની ઊર્મિઓને ઠોકરે મારી છે અને તેથી જ એ મને ઠોકરે મારીને ચાલી ગઈ છે. મેં કેવી ભૂલ કરી. કેવી સુંદર છોકરી ગુમાવી!'

અને દલપત મારી સામે રડી પડ્યો. ઓરડીનાં બારણાં મેં બંધ કરી દીધાં. રડી રડીને જ્યારે એનું હૃદય હળવું થયું ત્યારે મેં એને કહ્યું:

હું સત્યભામાની શોધ માટે જાઉં છું. છૂપી પોલીસના અમલદારને પણ મળી આવું છું! તું અહીં જ રહેજે. હિંમત રાખ. પુરુષ રડે તે સારું ન કહેવાય.'

દલપત કંઈ બોલી ન શક્યો અને હું બહાર નીકળી ગયો. દલીચંદશેઠને ત્યાં ગયો, બધી વાત કરી અને મેં મારી યોજના પ્રમાણે સત્યભામાને કાગળ લખ્યો; એમાં બધી સૂચનાઓ લખી કે ભવિષ્યમાં તેણે કેમ વર્તવું.

સાંજે ઘેર આવ્યો અને દરવાજામાં દૂબળી ગાય જેવા દલપતને મારી રાહ જોતો ઊભેલો જોયો. તેણે મને તરત જ પૂછ્યું:

'છે કંઈ નવીન?'

'હા, છૂપી પોલીસને પાકે પાયે ખબર પડી છે કે સત્યભામા અમદાવાદમાં કોઈ જગ્યાએ છુપાયેલી છે. આવતી કાલે બપોરે આપણને જરૂર ખબર મળશે કે તે કોને ત્યાં છે. જો બપોરે ખબર પડી તો તું સાંજની ગાડીમાં અમદાવાદ ઊપડી જજે.'

આ સમાચાર સાંભળીને દલપતના ચહેરા ઉપર રોશની પથરાઈ ગઈ, એની આંખોમાં આશા નાચી ઊઠી અને મને ભેટી પડતાં બોલ્યો:

'દોસ્ત, હું તારો ઉપકાર કેવી રીતે ભૂલી શકીશ! તારે પણ મારી સાથે આવવું પડશે. હું તને કોઈ પણ હિસાબે લઈ જઈશ. તેં મારો સંસાર માંડી દીધો છે, હવે સાંધી પણ દેજે.'

દલપતને હું તાજમહાલ હોટેલમાં જમવા લઈ ગયો. તેણે પેટ ભરીને ભોજન લીધું અને પછી મને પૂછ્યું:

'મારા સસરાનું આબુ જવાનું શું થયું?'

'એ વાત મેં ટાળી દીધી છે. મેં તેમને વેપારની એક નવી યુક્તિ બતાવી છે એટલે તેમણે એ લાલચને વશ થઈને આઠ દિવસ સુધી મુંબઈમાં રોકાવાનું નક્કી કર્યું.

'શાબાશ; દોસ્ત શાબાશ!'

બીજે દિવસે સાંજે અમે બંને અમદાવાદ જઈએ એ તદ્દન સ્વાભાવિક વાત છે. અહીં અમદાવાદમાં અમે ગંગાબહેનને ત્યાં આવી પહોંચ્યા. હું ગંગાબહેનને જાણે ઓળખતો જ નથી એવી જાતનું મેં વર્તન રાખ્યું. ગંગાબહેને કહ્યું:

'સત્યભામા નામની છોકરી આવી છે અને તમે એને તેડવા માટે આવી પહોંચ્યા તે સારું કર્યું. છેલ્લા બે દિવસથી એ સાધ્વી થવાની વાત કર્યા કરે છે. આજે સવારે તે દીક્ષા લેવા જતી હતી પણ મેં એને મહામહેનતે રોકી છે.'

'ક્યાં છે?' દલપત બોલી ઊઠ્યો, 'હું એને સાધ્વી નહીં થવા દઉં.'

'ઉપર છે; તમે જઈ શકો છો.'

દલપતના આગ્રહને વશ થઈને હું પણ ઉપર ગયો. અમે સત્યભામાને જોઈ. દલપત હર્ષના આવેશમાં કંઈ બોલી ન શક્યો. એની આંખો ભીની થઈ ગઈ: મહામહેનતે એ એટલું જ બોલ્યો:

'સત્યભામા! હું આવી પહોંચ્યો છું. તેડવા આવ્યો છું.'

મારી તરફ દૃષ્ટિ ફેંકીને, સત્યભામા ગંભીર બનીને દલપતની સામે ઊભી રહી. હું નીચે સરકી ગયો અને ગંગાબહેન સાથે વાતો કરવા લાગ્યો. મેં એમને બધી વાત કરી અને તે હસી પડ્યાં. અમારે કાને સત્યભામાના શબ્દો અથડાયા:

'ના, હું તમારી સાથે નહીં આવું. મને આ દુનિયામાં કંઈ સાર દેખાતો નથી. હું સંસારનો ત્યાગ કરવા માગું છું. અને સાધ્વી બનવા ઇચ્છું છું. તમારે તો ખુશ થવું જોઈએ, કારણ કે હું હવે આદર્શ જીવન ગાળવાની છું.'

દલપતના શબ્દો સંભળાયા, 'સત્યભામા, એ સાચો માર્ગ નથી. જીવનનાં પાણી વહેતાં રહે એ જ વધારે સારું છે. પાળ બાંધીશું તો વાસી થઈ જશે.'

અને આખરે અર્ધી કલાક પછી બંને જણાં હસતાં હસતાં નીચે આવ્યાં. ગંગાબહેને રસોઈ તૈયાર કરાવી રાખી હતી. સૌ સાથે જમવા બેઠાં અને મેં જોયું કે ખાટી કેરીનું તીખું તમતમતું અથાણું સૌથી વધારે દલપત ખાઈ ગયો હતો.

સાંજે તો પતિ-પત્ની મુંબઈ જવા તૈયાર થયાં અને હું અમદાવાદ રોકાયો. આઠ દિવસ પછી જ્યારે હું મુંબઈ ગયો ત્યારે દલપતે મને એને ત્યાં જમવા બોલાવ્યો. અરે, દલપતના ઘરનું આખું કલેવર જ બદલી ગયું હતું. સત્યભામા રસોઈ કરતી હતી અને ખૂબ આનંદમાં હતી. એના ગાલ ઉપર ગુલાબનાં તાજાં પુષ્પોની લાલી ખીલી ઊઠી હતી. રસોઈ તૈયાર થઈ ગઈ એટલે તેણે મને કહ્યું:

'ચાલો ભાઈ જમવા, આજે વીરપસલી છે તે યાદ છે?'

પછી દલપત તરફ ફરીને કહ્યું, 'ઊઠો દિલીપ! તમને ભાવે એવી પૂરણપોળી

મેં બનાવી છે.'

'એલા તું દલપતમાંથી દિલીપ ક્યારે થઈ ગયો?'

'તારી બહેનને પૂછ; તેણે જ મારું નામ બદલ્યું છે,'

દલતપની થાળીમાં એક રોટલી વધુ મૂકતાં સત્યભામા બોલી: 'તેણે મારું નામ શું પાડ્યું છે તે જાણો છો?'

'મને ક્યાંથી ખબર પડે! તમે અંદર અંદર એકબીજાનાં ફઈબા થવાનો પાઠ ભજવતાં લાગો છો. શું તમારું નવું નામ છે?'

'દિલીપને પૂછો.'

દલપત બોલ્યો, 'મેં એનું નામ દીના રાખ્યું છે.'

'અરે વાહ! દીના અને દિલીપ; બોલવામાં ફાવે એમ છે, હો.'

ખૂબ જમ્યા પછી મેં મારા કોટના ખિસ્સામાંથી પાંચસો ને એક રૂપિયા કાઢ્યા અને દીનાના હાથમાં મૂકતાં કહ્યું:

'આ મારી વીરપસલી.'

'રકમ જોઈને દીના ચમકી. તેણે લેવાની ના પાડી; દિલીપ પણ દીનાના પક્ષમાં ભળી ગયો. ખૂબ રકઝક થઈ અને મેં દિલીપને જણાવ્યું:

'પાંચસો રૂપિયા તેં આપ્યા હતા તે જ છે. મને તો આમાં એક જ રૂપિયાનો ખર્ચ થાય છે.'

એવામાં દલીચંદશેઠ દાખલ થયા! તેમણે કહ્યું, 'લઈ લે દીના વીરપસલી; આવો લુચ્ચો ભાઈ મળવો મુશ્કેલ છે. હું પછી એની સાથે હિસાબ પતાવી લઈશ.'

હર્ષનાં આંસુ સાથે દીનાએ મારા હાથમાંથી સો સોની પાંચ નોટ તથા એક રૂપિયો લીધાં. પાંચે નોટ તેણે દિલીપને આપી દીધી અને ચાંદીનો રૂપિયો તેણે ભગવાનની મૂર્તિ પાસે ધર્યો. માથું નમાવીને તે બોલી:

'ઓ પ્રભુ! આ એકમાંથી મારા ભાઈને તું અનેક આપજે.'

મોતીના દાણા જેવાં બે આંસુ ચાંદીના સિક્કા ઉપર ચમકી રહ્યાં.

* * *

૫ અહિંસક ખૂન

હમણાં હમણાં તો મને જીવનની ચારે બાજુ અશાંતિ દેખાયા કરે છે. આખા દેશમાં ખૂન, આગ અને લૂંટના બનાવો બન્યા કરે છે, શહેરમાં પણ માણસોને આજકાલ એકબીજાને કાપી નાખવાનો શોખ લાગ્યો છે. જિંદગીનો કંઈ ભરોસો જ રહ્યો નથી. હવે મને લાગે છે કે જીવન એ તો પાણીના પરપોટા જેવું છે. બહાર નીકળીએ તો ક્યારે ખતમ થઈ જઈએ એ કહી શકાતું નથી.

બીજું તો ઠીક પણ હું જે મકાનમાં રહું છું ત્યાં પણ પૂરેપૂરી અશાંતિ છે, એવા વિચિત્ર ભેજાના મહાપુરુષો ત્યાં વસી રહ્યા છે કે આખો દિવસ કંઈ ને કંઈ ધમાલ હોય. શહેરના શ્રીયુત શંભુપ્રસાદ ઉઘાડા પેટ ઉપર હાથ ફેરવતાં દાખલ થાય અને બોલી ઊઠે:

'કાં કેમ છો? આજે ફલાણે ઠેકાણે આગ લાગી અને પેલી જગ્યાએ પાંચને કાપી નાખ્યા.' કેમ જાણે ભાઈસા'બ પોતે જ આ પરાક્રમ કરી આવ્યા હોય એવી રીતે તે બોલે અને રજા વિના કે પૂછ્યા વિના એકાદ આખી સોપારી કાતરી જાય. તે આટલેથી અટકતા નથી પણ બૈરીની સુવાવડ હવે ક્યાં કરવી એ વિશે પણ મને પ્રશ્નો પૂછે! ખરી રીતે તો સુવાવડની બાબતમાં હું ડીટિયું પણ જાણતો નથી. આ પ્રમાણે એના ગામગપાટા ચાલતા હોય ત્યાં એમની જાદુઈ માયા જેવાં પોણો ડઝન છોકરાં મારી ઓરડીમાં દાખલ થઈ જાય અને જાણે સગા બાપનો માલ હોય એવી રીતે ઘરની બધી વસ્તુઓ વીખવા માંડે:

બાળકોને શું કહેવું? નવા યુગના નૂતન સિદ્ધાંતો પ્રમાણે એ લોકો ઉપર આપણાથી ગુસ્સે પણ ન થવાય! મેં શુંભુપ્રસાદને કહેલું કે—

'તમે રાત્રે ઘેર આવો એનો મને વાંધો નથી પણ આ વાનરસેના... તોબા

ભગવાન.'

શંભુપ્રસાદે જવાબ આપેલો, 'ભાઈ આ વાનરસેના છે એટલે તો જીવનનું વન ગાજતું રહે છે. આમાંથી તો ભવિષ્યમાં કોઈ નેતાજી પાકશે.'

'ભવિષ્યમાં પાકે ત્યારની વાત ત્યારે પણ અત્યારે તો મારું માથું પાકે છે એનું શું?'

આવા છે મારા પાડોશી શ્રી શંભુપ્રસાદ! આખી રાત એના ઘરમાં એક પછી એક બ્યૂગલો વાગતાં હોય અને હું પડખાં ફર્યાં કરું.

સામે એક ગલાલફઈ રહે છે; મારાં નહીં પણ આખા માળાનાં; ગલાલફઈ એટલે જીવતુંજાગતું ગૅઝેટ, માળામાં દરેક કુટુંબમાં શું શું બનાવો બન્યા છે એ જાણવું હોય તો એને પૂછવું જોઈએ. ગામની જુવાન છોકરીઓ બગડવા માંડી છે અને પરિણામ સારું નહીં આવે એવી વાતો મને સુણાવે. એ મારી ઓરડીમાં દાખલ થતાં બહુ જ ગંભીર બનીને કહેશે:

'બેટા, આખા માળામાં તું જ એક સારો માણસ છો. કોઈની સામે તું ઊંચી નજર પણ કરતો નથી. પેલી કમુડીની તને ખબર છે? સવારમાં દાતણ કરતી વખતે પેલા શામલાલ સામે જ જોયા કરે છે. કમુડીને લોહી ચટકાં ભરે છે પણ એનો બાપ વેપલામાંથી ઊંચે નથી આવતો અને પેલી કેસરની વાત સાંભળી? કંકુના ઘરમાંથી કાતર ચોરી ગઈ! પેલો પાનાચંદ રાતે ઢીંચીને આવ્યો, પાનકોરને પાટુએ પાટુએ મારી અને સવારમાં બિચારીને કસુવાવડ થઈ ગઈ.'

વાત પૂરી કર્યા પછી એ કહેશે, 'ભાઈ, જરા ચણાનો લોટ છે? લાવને એક વાટકો; કાલે મોકલી આપીશ.' આવી રીતે વાત કરીને, શરૂઆતમાં મને સારો માણસ ગણાવીને ગલાલફઈ અઠવાડિયામાં બે-ત્રણ વખત વાટકો લોટ, થોડું ઘી કે શાક ઉછીનું લઈ જાય અને પછી ઘણી જ સહેલાઈથી પાછું આપવાની વાત ભૂલી જાય.

ખૂણામાં એક દેશસેવક રહે છે; સેવા કરે છે તેની મને ખબર નથી પણ બધા એને દેશસેવક ગણે છે. એટલે હું પણ ગણું છું. એને એની પત્ની સાથે બનતું નથી. હું એકલો ઘરમાં બેઠો હોઉં કે તરત જ તે આવશે અને પોતાની રામાયણ શરૂ કરશે:

'શું કરું ભાઈ, જરા પણ બ્રહ્મચર્યનો મહિમા સમજતી નથી, સંયમી જીવનમાં કેવી સુવાસ ભરી છે એનો ખ્યાલ પણ એને આવતો નથી. ચાર કે પાંચ બાળકો થઈ ગયા પછી માણસે ઊર્ધ્વરેતા બનવું જોઈએ. તમારું શું માનવું છે?'

હું જ્યાં 'ઊર્ધ્વરેતા' એટલે શું એ ન જાણતો હોઉં ત્યાં મારે એને શું જવાબ

આપવો? અને દેશસેવક જો બહાર ગયા હશે તો એની પત્ની મારી પાસે આવશે અને કહેશે:

'તમે એને સમજાવતા કેમ નથી? આખોદિવસ પેલી ભૂંડી ભૂખ જેવી દેશસેવિકાને ત્યાં પડ્યા રહે છે અને કહે છે કે એ તો એની ધરમની બહેન છે! હું ભાઈ, તમે તમારી બહેન પાસે આખો દિવસ બેસી રહો છો? તમે એને એક દિવસ ન મળો તો તમને કંઈનું કંઈ થઈ જાય છે? આ તે કંઈ જાતનાં ભાઈ-બહેન? ઑફિસમાંથી છૂટીને સીધા ત્યાં જ ઊપડી જાય છે અને બહેન સાથે કલાકો સુધી રાત્રે અંધારામાં ચોપાટી ઉપર બેસી રહે છે. નથી ઘરનું ધ્યાન રાખતા કે નથી કંઈ પૂછતા કે શું ચીજવસ્તુ જોઈએ. બસ, આખો દિવસ બહેન, બહેન અને બહેન! ચૂલામાં પડે આવી બહેન. મારો તો આખો સંસાર સળગી ગયો છે. આ તે નણંદ છે કે શોક્ય!'

આમ કહીને તે બિચારી ધ્રુસકે ધ્રુસકે રડી પડે. અવારનવાર આવી દુઃખી વાતો સાંભળીને મારું લોહી બળી જાય છે. મારી ઓરડીના સામેની બારીમાં તો દર શનિવારે રાત્રે નાટક ભજવાય છે. ત્યાં કોઈ સટોડિયો રહે છે. બૈરી છે નહીં અને હશે તો મરી ગઈ હોવી જોઈએ. આ ભાઈસા'બ રાત્રે ચિક્કાર થઈને આવે છે અને સાથે બીજા બે-ત્રણ મિત્રોને લાવે છે. ચાર-પાંચ જણા ભેગા મળીને જે કોઈ નાટક જોયું હશે એના સંવાદો સામસામા બોલે છે; કોઈ સૂત્રધાર બને છે. તો કોઈ રાજાની રાણી બને છે, ઊંચે સાદે ગીતો લલકારે છે અને મોડી રાત સુધી એવી ધમાલ કરી મૂકે છે કે જો હું ઊંઘની દવા લઈને સૂઈ જાઉં તોપણ ઊંઘ ન આવે.

રાતના અગિયાર વાગ્યે એમ મુલતાની બૂમબરાડા પાડી મૂકે છે. રોજ રાત્રે કલકત્તાથી એનો ટેલિફોન આવે છે અને એવા મોટા અવાજથી વાતો કરે છે જાણે કલકત્તાનું બજાર એના એકલાથી જ ગુજતું હોય. આ વખતે કલકત્તાની બજારમાં ભાવ વધતા હશે પણ મારી ઊંઘના ભાવ ઘટી જાય છે એ વાત તદ્દન સાચી છે.

અને અમારો ઘરધણી! દુનિયાની એક અજાયબી જ જોઈ લો. સંગીતનો એક આંકડો જાણતો નથી અને આખો દિવસ રાતના બાર વાગ્યા સુધી રેડિયો વગાડ્યા કરે છે. વગાડે એનો વાંધો નથી પણ આસપાસના એક માઈલના ઘેરાવા સુધી રેડિયો સંભળાય એવી રીતે વગાડે છે. અધૂરામાં પૂરું એ પાછો રેડિયોનાં ગીતો સાથે પોતે પણ બેસૂરા અવાજે ગાય છે. ઘણી વાર એમ થાય કે આ માણસને ગાંડાની ઇસ્પિતાલમાં મોકલી આપવો જોઈએ. પણ રહ્યો મકાનમાલિક,

એટલે કંઈ કહી શકાતું નથી. કુદરતે એના મગજમાં રાઈ ભરી છે એટલું જ નહીં પણ જીભ લાલ મરચાંના ભુક્કામાંથી બનાવી હોય એવું લાગે છે. એની પત્ની કે જેના શરીર ઉપર ચારે બાજુ છ છ ઇંચ જાડા ચરબીના થર જામ્યા છે, તે દિવસના બાર કલાકમાંથી છ કલાક નોકરો સાથે ઝઘડો કરવામાં ગાળે છે. એવો પહાડી એનો અવાજ છે કે જો લાખ માણસની મેદનીમાં ભાષણ કરવાનું કહ્યું હોય તો લાઉડસ્પીકરની જરા પણ જરૂર ન પડે.

ખરેખર ચારે બાજુ અશાંતિ ભરી છે; મકાન પણ એવા લત્તામાં આવ્યું છે કે નીચે રસ્તા ઉપર ચિત્રવિચિત્ર અવાજ કરનારા માણસો આવ્યા જ કરે છે. સવારમાં કોઈ અનાથ આશ્રમના છોકરાઓ ઢોલ વગાડતાં આવે છે અને કાન ફાડી નાખે એવું સંગીત વગાડે છે. એ જાય છે કે ગાયમાતાનો ઉદ્ધાર કરનારી સંસ્થાના પ્રતિનિધિઓ રાગડા તાણતા દાખલ થાય છે અને સાથે સાથે પેટીમાં પડેલા પૈસા ઠેઠ પાંચમે માળ સુધી સંભળાય એવી રીતે ખખડાવે છે. થોડી વાર પછી એક ભિખારણ ગીત ગાતી આવે છે તે ગાય છે કે, 'પિયા ચલે પરદેશ, લગા કર ઠેસ; ઓ ફૂટેલા પ્યાલા, દુનિયા મેં કૌન હમારા.' સાથે સાથે કલઈ કરવાવાળો બૂમ પાડતો હોય કે 'એ કલઈ!' 'એ કલઈ!' અને પાછળ, જૂનાં કપડાં લઈને પિત્તળનાં વાસણ આપનારી કાઠિયાવાડી વાઘરણનો નરવો કંઠ સંભળાય!

આમાં શાંતિનું નામ જ કેવી રીતે લેવું? ગયા રવિવારે મને થયું કે હવે જેમ બને તેમ આ શહેર છોડી દેવું જોઈએ અને શાંતિ માટે હિમાલય ચાલ્યા જવું જોઈએ. સવારમાં ઊઠ્યો અને ચા પીઉં છું. ત્યાં કોઈએ આવી કહ્યું:

'અમારી કૉલેજ ગરીબ વિદ્યાર્થીઓ માટે ફંડ કરે છે, અમે નાટક ભજવવાના છીએ. એક ટિકિટ જરૂર લો.'

સુંદર વસ્ત્રોમાં સજ્જ થયેલી, એક નહીં પણ બે ચોટલાવાળી કોઈ છોકરી ટિકિટ વેચવા આવે અને ના ન પાડવી એ ખરેખર હિંમતનું કામ છે. મેં જોયું કે સાધારણ રીતે પુરુષો ના પાડી શકતા નથી અને સાફ ના સુણાવનારા જરૂર વીર પુરુષો હોવા જોઈએ. હજી મારામાં આવી વીરતા પ્રગટ નથી થઈ, એ અફસોસની વાત છે.

સવારના પહોરમાં જ રૂપિયા પાંચની ઊઠી, છોકરી સારી છે માટે નાટક સારું નીકળશે એમ માનીને હસતાં હસતાં મેં પાંચ રૂપિયા આપી દીધા. હા, આ વખતે મારા ચહેરા ઉપર મેં પ્રસન્નતા જાળવી હતી પણ સત્ય જણાવું તો હૃદયમાં ઉકળાટ હતો. ઉકળાટ તો થાય ને! હમણાં હમણાં જેમ અન્નની તંગી બહુ દેખાય છે તેમ ધનની તંગી પણ એવી જ રહે છે.

થોડી વાર થઈ તે બીજા બે છોકરા આવ્યા. તેમણે કહ્યું, 'બંગાળામાં આપણા ભાઈઓ દુ:ખી થઈ ગયા છે. આ પેટીમાં તમારે થોડું નાખવું પડશે.'

આઠ આના આપવા તૈયાર થયો પણ તેમણે ન લીધા. રૂપિયો નાખવો પડ્યો. એ લોકો ગયા કે બીજા બે યુવાનો આવ્યા અને હઝારા જિલ્લામાં હિંદુઓને મુસ્લિમોએ લૂંટી લીધા છે એમ જણાવ્યું. શું થાય! બે રૂપિયા આપવા પડ્યા. મને થયું કે સવારના પહોરમાં મેં કોઈ દાનવીરનું મોઢું જોયું હોવું જોઈએ. પણ અમારા માળામાં કોઈ દાનવીર હતું નહીં. પછી મને યાદ આવ્યું કે મેં જ મારું મુખ સવારમાં ઊઠતાંની સાથે જ અરીસામાં જોયું હતું. હવે ભૂલથી પણ સવારમાં અરીસામાં મુખ ન જોવાઈ જાય એવો નિશ્ચય કર્યો અને ટેબલ ઉપર પડ્યા રહેતા અરીસાને ટેબલના ખાનામાં મૂકી દીધો. અરીસામાં વારંવાર મુખ જોવાથી આપણે કંઈ થોડા જ રૂપાળા થઈ જઈએ છીએ! અને હવે ટેબલ ઉપર એને રાખવાની જરૂર પણ ન હતી, કારણ કે સામે જે પંજાબણ છોકરી રહેતી હતી તે થોડા દિવસ પહેલાં લાહોર ચાલી ગઈ હતી.

વિચાર આવ્યો કે જેમ બને તેમ જલદી આ ઘરમાંથી બહાર નીકળી જવું જોઈએ, નહીંતર સાંજે સિનેમા જોવાના પણ પૈસા ખિસ્સામાં નહીં રહે. ઘાટી દાખલ થયો અને કહ્યું:

'શેઠ, એક રૂપિયો આપોને.'

મેં ગુસ્સામાં કહ્યું, 'સવારના પહોરમાં એક આપ્યો હતો તે ક્યાં વાપરી નાખ્યો?'

'સાહેબ, નીચે બીડી લેવા ગયો હતો પણ બિહાર મુસ્લિમ ફંડ ઉઘરાવતો મારો દોસ્ત અબદુલ મને મળ્યો એટલે મેં એને આપી દીધો.'

'તું પણ દાનવીરનો દીકરો લાગે છે. લે, હવે બહુ ઉદાર થતો નહીં.'

ઘાટીને એક રૂપિયો આપ્યો અને હું હજામત કરવા બેઠો. જોકે મારી હજામત સવારના પહોરથી જ શરૂ થઈ ચૂકી હતી. હજામત કરતાં વિચાર આવ્યો કે આજકાલ જેમ નોકરોને પગારમાં મોંઘવારી આપવામાં આવે છે તેમ મારા શેઠે મારા જેવા માણસોને ફંડફાળામાં વધારો આપવો જોઈએ. રવિવાર આનંદમાં જશે એમ ધારેલું પણ શરૂઆત જ ભારે વિચિત્ર થઈ. હજામત પૂરી થઈ કે મારા મિત્રનાં પત્ની આવ્યાં અને 'કેમ છો વજુભાઈ' એમ કહેતાં દાખલ થયાં.

ભારે હસમુખી બાઈ! મને થયું કે હવે થોડી મનને રાહત મળશે. એના હાસ્યથી વાતાવરણ હલકું થઈ ગયું. ઘણે વખતે આવ્યાં એટલે મને આનંદ થયો. મેં પૂછ્યું:

'કેમ મારા ભાઈ નથી આવ્યા?'

'ના, ના, એ જરા કામમાં છે. નાની બેબીને તાવ આવ્યો છે એટલે ઘેર રોકાયા છે. મને થયું કે ચાલો હું તમને મળવા નીકળી પડું. ઘણા વખતથી આ બાજુ આવી ન હતી એટલે...'

'સારું થયું કે તમે આવ્યાં. આજે મારો દિવસ બરાબર ઊગ્યો લાગતો ન હતો. બોલો હવે તમે એકાદ કપ ચા લેશો ને?'

'એક નહીં પણ બે. તમે તો જાણો છો કે મને ચાનો કેવો શોખ છે.'

મિત્ર-પત્નીના રમતિયાળ સ્વભાવે હવાને ગુલાબી બનાવી દીધી. આપણને આવા મહેમાન ગમે. એમની સાથે ખૂબ વાતો કરી અને મારા માટે સુંદર કન્યા શોધી કાઢી છે એમ પણ તેમણે જણાવ્યું. હું સમજી ગયો કે આ મુલાકાત પાછળ શો શો હેતુ છે. જોવાની જિજ્ઞાસા પ્રગટ થાય એવાં વખાણ તેમણે છોકરીનાં કર્યાં. વાત પૂરી થયા પછી અને પૂરા અઢી કપ ચા પીધા પછી તે ઊઠ્યાં એટલે મેં પૂછ્યું:

'હવે આપની સવારી કઈ બાજુ જવાની છે?'

'હવે હું અહીંથી કૉંગ્રેસ હાઉસમાં જવાની છું. હમણાં હમણાં મેં થોડું કામ કરવાનું શરૂ કર્યું છે.'

'વાહ બહુ સારું. મને તો દેશની સેવા કરવાનો વખત મળતો નથી પણ કંઈ નહીં; તમે કરો છો એ જાણીને મને આનંદ થાય છે.'

મિત્ર-પત્નીએ કહ્યું, 'એવું કંઈ નથી. દેશની સેવા તો ઘણી રીતે થાય છે. હું જે ફંડ ઉઘરાવવા નીકળું છું એમાં પૈસા આપી શકો છો. લો આ રસીદ; વીસ રૂપિયા તો તમારે આપવા પડશે.'

અને સાચું કહું? આ બાઈ સાથે બે મિનિટ પહેલાં લીધેલી ચા શરીરમાં ઝેર બની ગઈ. હવે મને એમની મુલાકાતનો સાચો હેતુ સમજાયો. મારી પાસેથી વીસ રૂપિયા લેવા છે એ અગાઉથી નક્કી કરીને આવ્યાં હતાં, કારણ કે રસીદ તૈયાર હતી. દુશ્મન-પત્નીએ અરે ભૂલ્યો મિત્ર-પત્નીએ કહ્યું:

'હું તો તમારી પાસે જિંદગીમાં પહેલી વખત જ માગવા આવી છું. ના નહીં પડાય. આ તો મજૂરોના હિતનું કાર્ય છે. તમારા ભાઈએ મને કહેલું કે તમે પાંચસો, હજાર આપી શકો એવી સ્થિતિમાં છો, પણ મિત્રોને બહુ દબાણ ન કરવું એવો મારો સિદ્ધાંત છે એટલે તમારી પાસે મેં વીસ રૂપરડી જ માગી છે.'

કેમ જાણે વીસ રૂપિયા ધૂળની ચપટી હોય તેમ બોલ્યાં. વાતાવરણમાં ગુલાબને બદલે કાંટા ઊગી નીકળ્યા હોય એમ મને લાગવા માંડ્યું. મેં કહ્યું:

'પણ મેં હમણાં જ...'

'એ કંઈ નહીં ચાલે, તમે મને ના નહીં પાડી શકો. હું તો તમારા ખિસ્સામાંથી લઈ શકું એમ છું. મારે હજી બીજે ઠેકાણે જવું છે.'

ખિસ્સામાં હાથ નાખવાથી; મારી આબરૂ ઉપર હાથ પડે એવી મારી સ્થિતિ હતી. એ કંઈ હલ્લો કરી બેસે એ પહેલાં જ છેલ્લા રહેલા વીસ રૂપિયા એમને હસતાં હસતાં આપી દીધા. મનમાં દુ:ખ હોય છતાં પણ આવી બાબતમાં હસવું જોઈએ. સ્વીકાર કરતાં તેમણે મારો અંગ્રેજીમાં આભાર માન્યો. જતાં જતાં તેણે કહ્યું:

'આજે તમારે અમારે ત્યાં આવવાનું છે. હું પેલીને ચા પીવા બોલાવીશ.'

'સારું.' મેં કહ્યું અને પછી મનમાં બોલ્યો, 'પેલી પડે ઊંડા ભમરિયામાં. ખિસ્સામાં ગાડીભાડાના પૈસા જ ક્યાં રહ્યા છે.'

દેશસેવિકા ગઈ; હું ઠંડો બરફ જેવો ખુરશીમાં બેસી રહ્યો અને પછી નોકરને કહ્યું:

'જલદી એક કપ ગરમ મસાલાની ચા બનાવ.'

નોકર ચા બનાવવા ગયો અને મારા મનમાં અશાંતિ વધી ગઈ. આ મુંબઈ શહેર બધી રીતે રહેવા માટે અયોગ્ય છે એમ મને લાગવા માંડ્યું. એવામાં ઉપલા માળથી 'ધડિંગ, ધડિંગ' એવા અવાજો થવા લાગ્યા. ઉપર મકાનમાલિક રહેતો હતો. નોકરને પૂછ્યું તો તેણે જવાબ આપ્યો:

'સાહેબ, શેઠ, રોજ કંઈ ખાંડતા હોય એમ લાગે છે.'

મેં ગુસ્સામાં કહ્યું: 'શું એના બાપનું માથું ખાંડે છે? તું તપાસ કેમ નથી કરતો?'

દસ્તાનો અવાજ વધવા લાગ્યો અને સાથે સાથે મારું મગજ પણ ખંડાતું હોય એમ મને લાગવા માંડ્યું. શેઠનો રેડિયો તો ચાલુ જ હતો અને જાણે કોઈ ઘંટી ફેરવતું હોય એમ એમાંથી આલાપતાન ભરડાઈને બહાર આવતા હતા. હું બહાર વરંડામાં ઊભો રહ્યો કે તરત જ શેઠના મકાનમાંથી મારા માથા ઉપર ઢગલાબંધ કચરો પડ્યો. મેં નોકરને પૂછ્યું તો એ કહે:

'સાહેબ, તમે વહેલા ઑફિસે ચાલ્યા જાઓ છો એટલે તમને ખબર નથી. આ કચરો રોજ પડે છે અને હું સાફ કરી નાખું છું. સાહેબ, આટલું કામ રોજ વધારે કરવું પડે છે એટલે તો હું તમારી પાસે પગારનો થોડો વધારો માગું છું.'

'તું પણ એક મહાન ગણિતશાસ્ત્રી છો.' એમ કહેતોક, હું ગુસ્સામાં શેઠને ત્યાં પહોંચી ગયો. રૂના ધોકડા જેવું પેટ ખુલ્લું રાખીને શેઠ પાન ચાવતા હીંડોળા

ઉપર હીંચકી રહ્યા હતા. મેં કહ્યું:

'શેઠસાહેબ, હવે તો હદ થઈ ગઈ છે. આ શું રોજ રોજ ખાંડો છો? મારું તો માથું પાકી ગયું છે.'

ખલાસ; શેઠ પણ તપી ગયા અને બોલ્યા, 'માથું પાકી ગયું હોય તો પાકિસ્તાનમાં જાઓ, મારી દીકરીનાં બે દિવસ પછી લગ્ન છે એટલે ખાંડવાનું ચાલે છે.'

'પણ નીચે ખાંડતાં શું થાય છે?'

'મિસ્ટર, એ મારી મરજીની વાત છે. ઘર મારું છે, તમારું નથી. ન ફાવે તો ખાલી કરો.'

'પણ મારું માથું તમારું નથી, સમજ્યા?'

'હું તમારી સાથે દલીલબાજી કરવા નથી માગતો. એક વાર કહ્યું કે ન ફાવતું હોય તો ખાલી કરો.'

આ જવાબ સાંભળીને શેઠના ફૂટબૉલ જેવા પેટ ઉપર લાત મારવાનું મન થયું. પણ મેં અહિંસાનું વ્રત ધારણ કરેલું, એટલે કંઈ કર્યું નહીં અને સડસડાટ નીચે ઊતરી ગયો. ઘરમાં રહેવામાં ફાયદો નથી એ જાણીને રસ્તા ઉપર ફરવા નીકળી પડ્યો. શેઠને અહિંસક રીતે કેમ હેરાન કરવો એના ઉપર વિચાર કરતો ચોપાટીના એક બાંકડા ઉપર બેઠો.

થોડી વાર થઈ હશે ત્યાં કોઈ જૂના દોસ્તે મને જોયો અને તે મારી પાસે આવ્યો. એ હતો કૉમરેડ કીસીવ્હીસ્કી! એનું મૂળ નામ કેશવકાંત, પણ અમારી સાથે કૉલેજમાં ભણતી કમલા કોઈ ધનવાનના પુત્રને પરણી ગઈ એટલે તે કૉમ્યુનિસ્ટ થઈ ગયેલો. હું એને ત્યાર પછી કૉમરેડ કીસીવ્હીસ્કીના નામથી બોલાવતો. તેણે મારા વાંસા ઉપર ધબ્બો મારતાં કહ્યું:

'કેમ બિરદાર, કેમ છો?'

મેં જવાબ આપ્યો, 'કીસીવ્હીસ્કી! મને ખબર છે કે છોકરીઓને ધબ્બા મારવાની તને ટેવ છે, પણ હું છોકરી નથી એટલો ખ્યાલ રાખજે.'

પાસે બેસતાં તે બોલ્યો, 'અમે કોઈ એવા ભેદમાં માનતા નથી. અમારે મન પુરુષ ને સ્ત્રી સરખાં છે. તું યાર, હમણાં કેમ દેખાતો નથી? અમે બે દિવસ પછી ખૂબ ધામધૂમથી 'લેનિન-ડે' ઊજવવાના છીએ. તું જરૂર આવજે.'

'કેમ કૉમરેડ! આપણા દેશમાં શું વીર પુરુષો ખૂટી ગયા છે કે લેનિન-દિન ઊજવવા બેઠા છે? ઝાંસીની રાણી, તિલક કે ભગતસિંહ તમને યાદ પણ નથી આવતા?'

અને તેણે મારો આ પ્રશ્ન સાંભળીને લેનિનની મહત્તા ઉપર ભાષણ ઠોકી દીધું. મેં એક કાનેથી સાંભળીને બીજે કાને કાઢી નાખ્યું, કારણ કે લેનિન કંઈ મારો સગો ન હતો. આખરે તેણે કહ્યું:

'તારે આપણી કૉમ્યુનિસ્ટ પાર્ટી માટે ફંડ આપવું પડશે.'

મેં જવાબ આપ્યો, 'જો ભાઈ, આજે મારી સ્થિતિ એવી થઈ ગઈ છે કે હવે તારે મારા માટે ફંડ ઉઘરાવવું પડશે.'

મેં એને પછી બધી વાત કરી અને તેણે ફંડ લેવાનો આગ્રહ માંડી વાળ્યો, વગર પૈસે મેં રવિવાર પસાર કર્યો. બીજે દિવસે સવારે ફરી શેઠનો ખાંડણી-દસ્તો શરૂ થયો મને મારું મગજ ઉશ્કેરાઈ ગયું. શેઠને હેરાન કરવાની મેં યુક્તિ શોધી કાઢી હતી.

મારી ઑફિસે જતાં પહેલાં હું એક વર્તમાનપત્રની ઑફિસમાં ગયો પણ જાહેરખબર ખાતામાં કામ કરતો મારો મિત્ર મને ન મળ્યો. ફરી સાંજે ત્યાં ગયો. મેં એને એક જાહેરખબર લખી આપી અને મંગળવારે સવારની આવૃત્તિમાં આવવી જોઈએ એમ મેં તેને કહ્યું.

મંગળવારે સવારમાં મેં છાપું ઉપાડ્યું અને જાહેરાત વાંચી. એમાં લખ્યું હતું કે 'અમારા પિતાશ્રી શેઠ ગણપતલાલ મકનજીનું હૃદય બંધ પડવાથી અવસાન થયું છે અને તેથી અમારી બહેન ચિ...નાં લગ્ન હમણાં મુલતવી રાખવામાં આવ્યાં છે.'

જાહેરખબરમાં નીચે શેઠના બે પુત્રોની સહી પણ છાપવામાં આવી હતી. શેઠને ત્યાં ટેલિફોન હતો પણ મારી સૂચનાને માન આપીને મારા કહ્યાગરા ઘાટીએ કંઈ કરામત કરીને રાત્રે જ ખોટો કરી નાખ્યો હતો.

અને થોડી વારમાં નાટક શરૂ થયું. ભૂલેશ્વરમાં રહેતાં શેઠનાં સગાંવહાલાં આવી પહોંચ્યાં અને નીચે ચોગાનમાં 'ઓ-ઓ-ઓ' કરતાં દાખલ થયાં. કાળાં વસ્ત્રો પહેરીને છાતી કૂટતાં દશ-બાર બૈરાંઓ આવ્યાં અને ગણપતિના નામનું કૂટવા લાગ્યાં. જોતજોતામાં તો આખું વાતાવરણ ફરી ગયું.

ગણપતશેઠને ખબર પડી કે આ લોકો એના નામનું કૂટી રહ્યાં છે. એ નીચે દોડી આવ્યા અને બધા એને જોઈ રહ્યા. રડવામાંથી હસવાનું શરૂ થયું અને ગણપતશેઠ ચોગાનમાં ઊભા રહીને બૂમો પાડવા લાગ્યા કે:

'કોણે મને મારી નાખ્યો? કયા હરામખોરે આ જાહેરાત છપાવી? ગલાલફઈ અને શંભુપ્રસાદ પેટ પકડીને હસતાં હતાં. ગલાલફઈએ કહ્યું:

'હવે મૂઓ મરી જશે ત્યારે કોઈ સાચું પણ નહીં માને અને મડદું બે દિ'

ઘરમાં પડ્યું રહેશે. આટલાં બધાં બૈરાં કૂટવા આવ્યાં છે ત્યારે આજે જ મરી ગયો હોત તો સારું હતું.'

શેઠનું અહિંસક ખૂન કરવા માટે હું મારા ઘરમાં મુખ આગળ છાપું રાખીને ખડખડાટ હસી રહ્યો હતો.

* * *

૬ નગરચર્ચા

છેલ્લા ત્રણ દિવસથી મારી ઓરડીની બારી ઉપર કાગડો સવારના પહોરમાં 'કા, કા' કરતો હતો અને હું એને તરત જ ઉડાડી મૂકતો. કારણ માન્યતા એવી છે કે કાગડો બોલે તો મહેમાન આવે અને મુંબઈના આવા સંજોગોમાં મહેમાન આવી ચડે એ આપણને કોઈ પણ હિસાબે પોસાય એમ નથી. 'અતિથિ દેવો ભવ' એ ભાવના ખરેખર ઉત્તમ છે પણ હવે એવો બારીક જમાનો આવ્યો છે કે 'અતિથિ દુશ્મનો ભવ' થઈ જાય છે. એક તો ખોરાકની તંગી અને બીજી બાજુ જગ્યાની અગવડ. વગર રજાએ એકાદ બે મિત્ર તો રાત્રે સૂવા આવ્યા જ હોય, કોઈ એની પત્ની સાથે લડીને આવ્યું હોય, તો કોઈ રાત્રે નાટકમાંથી ઘેર આવી ચડે.

ફરી આજે સવારે હું ચા પીવા બેઠો કે તરત જ એ જ કાગડો 'કા, કા' કરતો આવીને બેઠો અને મારું મગજ ફરી ગયું. મેં એને જણાવ્યું:

'ભાઈસા'બ તારે કંઈ ખાવું હોય તો લઈ જા, રેશનકાર્ડ નહીં કઢાવ્યું હોય તોપણ તને ખાવા આપીશ. પણ મહેરબાની કરીને કોઈ અતિથિના આગમનનાં સ્વાગત-ગીત શરૂ ન કર. હમણાં સંજોગો સારા નથી; દેશના અને ખિસ્સાના!'

પણ એ તો જાણે મને કંઈ કહેતો હોય એવી રીતે તેણે કાગવાણી ચાલુ રાખી. મેં તેને ફરી કહ્યું:

'મિ. કાગડા! અમે લોકો શ્રાદ્ધ કરીએ છીએ અને પિતૃઓને શાંતિ થાય એટલા માટે તમારા જાતભાઈઓ દ્વારા ખાવાનું મોકલીએ છીએ. એમને ખબર છે કે અમારા સ્વર્ગસ્થ સંબંધીઓને શાંતિ આપવાની "મૅનેજિંગ એજન્સી" તેં લીધેલી છે. શું તું કોઈ પિતૃનો સંદેશો લઈને આવ્યો છે? શું કોઈ ભૂખ્યું છે? સ્વર્ગમાં પણ શું અનાજની અછત થઈ છે? ત્યાં રેશનિંગની પદ્ધતિ દાખલ નથી કરી?

આવા પ્રશ્નો પૂછીને મેં કાગડાને એકાદ બિસ્કિટ આપ્યું પણ એનો સ્વીકાર ન થયો એટલે મેં માની લીધું કે પિતૃઓને બિસ્કિટ નહીં ભાવતાં હોય; બીજું કંઈ ભાવતું હશે. મને યાદ આવ્યું કે અમારા એક મુરબ્બીને ચા બહુ પસંદ હતી, પણ જીવનના અંત સમયે 'ચા! ચા!' એવા પોકાર પાડતાં મૃત્યુ પામ્યા હતા. વાત એમ બનેલી કે તેમણે ચા મૂકવાનું કહ્યું હતું અને ચા તૈયાર થાય એ પહેલાં તો તે હૃદય બંધ પડવાથી મૃત્યુ પામ્યા હતા. મેં કલ્પના દોડાવી કે આ મુરબ્બી કાગડા દ્વારા ચા મંગાવતા લાગે છે. છેવટે કંટાળીને મેં પિતૃઓના આ 'મૅનેજિંગ એજન્ટ'ને કહ્યું:

'રાવબહાદુર કાગડાસાહેબ! તમારે ચા જોઈતી હોય તો લઈ જાઓ. હું થોડી વાર બહાર ઊભો છું, આ કપમાંથી પિવાય એટલી પીજો પણ મહેરબાની કરીને જતી વખતે કપરકાબી ફોડી ન નાખતા, કારણ કે કાળાબજારમાંથી લીધેલ છે.'

આમ કહીને હું ઓરડીની બહાર ઊભો રહ્યો અને વિચાર કરવા લાગ્યો કે જો આથી વાત પતી જાય તો સારું. પણ કોઈ મહેમાન આવી ચડશે તો ભોગ મરશે. એકાદ મિનિટ થઈ હશે ત્યાં તો મારા ખભા ઉપર કોઈએ હાથ મૂક્યો અને હું ચમક્યો. જોયું તો હળવદથી કરસનકાકા આવી ચડેલા. હાથમાં વીસ વર્ષ પહેલાંનો ટ્રંક અને બગલમાં દોરી બાંધેલો બિસ્તર! કરસનકાકા એટલે પૂરા પચીસ લાડવાના ઘરાક! રોટલી ખાવાની એમની ગણતરી ડઝનથી થાય. ફરી ખભા ઉપર હાથ મૂકતાં બોલ્યા:

'કેમ વજુ! હું આવી પહોંચ્યો છું.'

હવે આવેલા માણસને એમ કહેવાય કે ન આવ્યા હોત તો સારું હતું. ઘણ માણસો આપણને મળવા આવે છે અને ગુંદરની જેમ ચીટકીને બેસે છે. પણ આપણે એમને નથી કહી શકતા કે 'ભાઈ હવે ઊઠો તો સારું.'

કરસનકાકા એટલે તદ્દન આખાબોલા માણસ; એક ઘા અને બે કટકા. હાથ પણ ભારે ભાઈ: મારો ખભો હમણાં ઊતરી જ જશે એમ મને લાગ્યું. મેં મરેલા અવાજે કહ્યું:

'આવો કાકા, તમારા આવવાથી ભારે આનંદ થયો. લખ્યું હોત તો હું સ્ટેશને લેવા આવત.'

અને પછી મનમાં કહ્યું, 'લખ્યું હોત તો હું બેચાર દિવસ ઓરડી બંધ કરીને બીજે ચાલ્યો ગયો હોત.'

બંને અંદર દાખલ થયા; કાગડાને મેં મનમાં બેચાર સુણાવી દીધી. દાખલ થતાં જ કાકા બોલ્યા:

'વાહ, હું બરાબર સમયસર આવી પહોંચ્યો છું. ચા પણ તૈયાર છે ને શું!'

જે ચા મેં પિતૃઓ માટે રાખી હતી તે કાકાએ પીવી શરૂ કરી. મને પૂછ્યું પણ નહીં કે તેં પીધી છે કે નહીં! મેં પૂછ્યું:

'કેમ કાકા, અચાનક આવવું પડ્યું?'

'શું કરું ભાઈ, અચાનક રાજકારણમાં પડી ગયો. જીવનનું કંઈ ઠેકાણું છે!'

જાણે રાજકારણ કોઈ મોટો ખાડો હોય અને માણસ રસ્તે ચાલતાં ભૂલથી એમાં ગબડી પડે એમ કાકા બોલ્યા. કાકા અને રાજકારણ! મારી નવાઈનો પાર ન રહ્યો. પછી મેં મનને મનાવ્યું કે આજકાલ તો ગમે તેવા માણસો ગમે ત્યારે એકાદ ભાષણ આપીને મજૂરોના નેતા થઈ જાય છે તેમ કાકાની બાબતમાં થયું હોવું જોઈએ. તેમણે કહ્યું:

'શું થાય ભાઈ; આપણે હળવદમાં એક મંડળ સ્થાપ્યું છે અને મારે પ્રમુખ થવું ન હતું છતાં પણ મને પ્રમુખ બનાવ્યો છે. આપણે રહ્યા પબ્લિક માણસ. એટલે પબ્લિક કહે એમ કરવું પડે. રાજકારણ તો તલવારની ધાર જેવું છે. તું એમાં પડીશ ત્યારે તને એનો ખ્યાલ આવશે.'

મને ખાતરી થઈ ગઈ કે હિંદુસ્તાનનો ઉદ્ધાર હવે થોડાક જ વખતમાં થયો જોઈએ. કાકાએ આગળ ચલાવ્યું:

'અમારી કારોબારી સમિતિએ એવો ઠરાવ પસાર કર્યો છે કે મારે મુંબઈ જવું અને મુંબઈનાં મંડળો સમાજમાં ક્રાંતિ ફેલાવવા માટે કેવી રીતે કામ કરે છે એનો અભ્યાસ કરવો. કહેવાય છે કે અહીં અનેક જાતનાં મંડળો કામ કરે છે, એ શું સાચી વાત છે?'

'અરે, અહીં દરેક લત્તામાં એક હેરકટિંગ સલૂન, એક હોટેલ અને એક મંડળ હોવાં જોઈએ. તમે અભ્યાસ શરૂ કરી શકો છો. અમારાં અહીંનાં મંડળો શરૂઆતમાં અંગ્રેજી ભાષામાં બધા નિયમો અને ઉદ્દેશો ઘડે છે.'

'એ તો અમે પણ કર્યું છે. ખાસ રાજકોટના એક વકીલ પાસે બધું અંગ્રેજીમાં લખાવ્યું છે.'

આ વાક્ય પૂરું થયું અને તેની સાથે જ મને ખબર પડી કે મારો બિસ્કિટનો ડબ્બો પણ કાકાએ પૂરો કરી નાખ્યો છે. જાણે કંઈ બન્યું જ નથી એમ કાકા બોલ્યા:

'પણ તમે લોકો અહીં શું કામ કરો છો?'

'આમ કાગળ ઉપર તો ઘણું કામ કરીએ છીએ, દેશની સેવા કરવી, સંપ કરવો, ગરીબોને મદદ કરવી, અક્ષરજ્ઞાન આપવું, હરિજનોનો ઉદ્ધાર કરવો,

મજૂરપ્રવૃત્તિ કરવી, સમાજના અન્યાયની ચક્કીમાં પિસાતી બહેનોને મદદ કરવી, આવી અનેક મહાન વાતોની અમે ચર્ચા કરીએ છીએ અને અમારા ઉદ્દેશો છપાવીએ પણ છીએ. શરૂઆતમાં તો એમ જ લાગે કે અમારાં મંડળો ખરેખર થોડા વખતમાં જ દેશનો ઉદ્ધાર કરી નાખશે પણ જે પ્રમાણે કાગળ ઉપર લખીએ છીએ તે પ્રમાણે થતું નથી. થાય છે બીજું.'

કાકાએ આ સાંભળીને કહ્યું, 'વાહ ઘણું સરસ; આનું નામ રાજકારણ; બોલવું કંઈ અને કરવું કંઈ; જે પ્રમાણે બોલીએ એ પ્રમાણે કરીએ તો દુશ્મનને આપણી ચાલની ખબર પડી જાય. મહાસભા અહિંસાનો પોકાર કરે છે. અને એના સૂત્રધારો ગોળીબાર ચલાવે છે. જગતના મહાપુરુષો શાંતિની વાતો કરે છે. આ ફેલાવવા અણુબૉમ્બની ઉત્પત્તિમાં વધારો કરતાં જાય છે. આ જમાનો વિચિત્ર છે; બોલવું કંઈ અને કરવું બીજું, આ નવો યુગધર્મ છે.'

મેં કહ્યું, 'કાકા વાત તો સાચી લાગે છે. કોઈ ચિત્રની ધૂમ જાહેરાત આવે છે, ચારે બાજુ વખાણ કરવામાં આવે છે પણ જોવા જાઓ તો નીકળે બંડલ! મને રાજકારણમાં બહુ રસ નથી. એમાં તો કાકા તમારું જ્ઞાન બહુ વિશાળ છે છતાં પણ વધુ જાણવું હોય તો મારો એક મિત્ર કૉમ્યુનિસ્ટ છે, એનું વાચન વિશાળ છે, ખાસ રશિયાથી પુસ્તકો મંગાવીને વાંચે છે અને ખૂબ ચર્ચાઓ કરે છે. કહો તો એની સાથે ઓળખાણ કરાવી દઉં.'

કૉમ્યુનિસ્ટોનું નામ સાંભળી કાકા ચિડાયા અને બોલ્યાઃ તું આ લોકોની વાત જ ન કરતો. આપણો ભાણો કમળાશંકર કૉમ્યુનિસ્ટ થઈ ગયો છે. ગામના જુવાનો ક્લીન સેવ કરાવે તો આ નામદાર દાઢી રખાવે છે. જુવાનો કંઈ ટાપટીપ કરે તો તે બાબરા ભૂતની જેમ ફરે છે, માથું કોઈ દિ' ઓળતો નથી અને ખમીસની બાંયો ચડાવેલી રાખીને ગામ આખાને ગાળો દેતો ફરે છે. એક દિવસ મુસ્લિમ-લીગનાં વખાણ કરે છે તો બીજે દિવસે ગાળો દે છે. આપણે બે પૈસાની બારવાળી બીડી વાપરીએ તો તે આપણને મૂડીવાદી કહેશે અને પોતે બે પૈસાની એક સિગારેટ દસ દસ મિનિટે પીધા કરે એનું કંઈ નહીં.

આપણે કરીએ તે ખોટું અને એ લોકો કરે તે સાચું. સામાન્ય રીતે દરેક બાબતમાં વિરુદ્ધ પડવું એને આપણા દેશમાં કૉમ્યુનિઝમ કહેવાય છે. ૧૯૪૨ પહેલાં આ જ લોકો મહાસભાને ગાળો દેતા કે એના મોવડીઓ તદ્દન બાયલા છે, દેશમાં ક્રાંતિ કરતાં આવડતી નથી; અત્યારે જ્યારે અંગ્રેજો લડાઈમાં પડ્યા છે ત્યારે એ તકનો લાભ લઈને આઝાદી માટે યુદ્ધ શરૂ કરી દેવું જોઈએ. પણ ૧૯૪૨માં જ્યારે મહાસભાને ફરી ગાળો દેવા લાગ્યા કે રશિયા જ્યારે યુદ્ધમાં

સંડોવાયું છે અને બ્રિટનનું મિત્ર બન્યું છે, ત્યારે હિંદમાં ક્રાંતિ માટે લડત શરૂ ન કરવી જોઈએ. સુભાષબાબુને સારાયે દેશની પ્રજાએ મહાન રાષ્ટ્રવીર તરીકે સ્વીકાર્યા અને વીર પુરુષની દેશે કદર કરી, ત્યારે આ કૉમ્યુનિસ્ટો બોલી ઊઠ્યા કે સુભાષબાબુ દેશદ્રોહી છે, કારણ કે સામ્રાજ્યવાદી જાપાનની તેમણે મદદ લીધી હતી. જવા દે ને; કોણ વધુ વાત કરે! હાં, તું શું કહેતો હતો? અહીંનાં મંડળો ત્યારે કરે છે શું?'

કાકાનો કકળાટ સાંભળ્યા પછી મેં કહ્યું, 'અમે ધ્યેય ઉચ્ચ રાખીએ છીએ પણ એની સિદ્ધિ અર્થે અમે રાસગરબા અને નાટકો સિવાય બીજું કંઈ ખાસ કરતા નથી. હરિજનનો ઉદ્ધાર કરવો જોઈએ એમ અમે કહીએ છીએ પણ અમે કદી એમનાં ઝૂંપડાંમા જતા નથી. એમને મદદ કરવા માટે અમે નાટકનો પોગ્રામ ગોઠવીએ છીએ. અહીંનાં અમારાં મંડળો આ બાબતમાં ભારે ઉસ્તાદ છે! દેશના કોઈ પણ ભાગમાં સંકટ પડ્યું કે અમારું હૃદય બળી જાય છે અને વસંતોત્સવ ઊજવીને તરત મોટું ફંડ કરી નાખીએ છીએ. ટિકિટો વેચવામાં અમારા સભ્યો ભારે ચાલાક!'

'પણ બીજું કંઈ કામ ખરું કે નહીં?'

'બીજું ઘણું થાય છે. સભ્યો એકબીજાના પરિચયમાં આવે છે અને પ્રેમમાં પડવાના પ્રયત્નો કરવામાં આવે છે. ઘણા પ્રેમમાં પડી પણ જાય છે. જોકે નિરાશ થયાના કિસ્સાઓ વધુ પ્રમાણમાં બને છે.'

કાકાએ ગંભીરતાથી જવાબ આપ્યો, 'એ બહુ સ્વાભાવિક છે, કારણ કે તમારા શહેરની છોકરીઓ એકને મિત્ર બનાવે છે, બીજાને ચાહે છે અને પરણે છે વળી કોઈ ત્રીજાને! કંઈ વાંધો નહીં; એ તો રાજકારણ અને પ્રેમકારણ બંને સાથે જ ચાલે છે. બીજા કંઈ ફાયદા ખરા?'

'હા, ઘણા. દાખલા તરીકે, નૃત્યનો ઉદ્ધાર સંગીત, વસ્ત્રો ધારણ કરવાની કળા અને ચટાકેદાર બોલવાની રીત વગેરે બાબતમાં કુમાર-કુમારીઓને બહુ ફાયદો થાય છે.'

કાકા શાંત બેસી રહ્યા. મને થયું કે જરૂર કડવી ટીકા કરશે, પણ તેમણે કહ્યું, 'ચાલ ત્યારે, હું નાહીધોઈને તૈયાર થઈ જાઉં; પછી આપણે બહાર નીકળીએ.'

મેં કાકાને નહાવાનું પાણી આપ્યું અને કહ્યું, 'તમે આ ખાળમાં નાહી લો. હું બહાર ઊભો છું.'

'શું તું મને કંઈ બૈરી માને છે? તું તારે બેસ.'

કાકાએ નહાવાનું શરૂ કર્યું અને હું એમની કસાયેલી કાયાને નીરખી રહ્યો.

અમે જુવાનિયાઓએ શારીરિક શક્તિની બાબતમાં દેવાળું કાઢ્યું છે એમ મને લાગવા માંડ્યું. કાકા માથે પાણીનો લોટો રેડતા જાય છે અને 'હરિ ઓમ્ હરિ ઓમ્' એવા ઉચ્ચાર કરતા જાય. તેમણે પૂછ્યું:

'એલા એક વાત તો તને પૂછતાં જ ભૂલી ગયો. તારી વહુ કેમ દેખાતી નથી?'

'દેશમાં મોકલી આપી છે.'

'કેમ કંઈ આશા જેવું છે?'

'ના, ના; એવું કંઈ નથી. પણ બધું યોજના પ્રમાણે થાય છે.'

'કેવી જાતની યોજના છે? હમણાં દેશમાં ચારે બાજુ યોજનાઓનું ખૂબ ધતિંગ ચાલે છે!'

'આ ધતિંગ નથી પણ નક્કર વાત છે. મુંબઈમાં રહેવા માટે જગ્યા નથી. આ ઓરડી અમે ભાગમાં વાપરીએ છીએ. મારી સાથે એક બીજો મારો મિત્ર રહે છે; તે પણ પરણેલો છે. અમે બંનેએ એવું નક્કી કર્યું છે કે આ ઓરડીમાં છ મહિના હું મારી સ્ત્રી સાથે રહું અને છ મહિના તે એની સ્ત્રી સાથે રહે.'

'બીજો દોસ્ત ક્યાં ગયો છે?'

કાકા બોલ્યા, 'આ ભારે નવાઈની વાત કહેવાય! પાંડવના જેવી રચના.'

'હા, ફેર એટલો કે દ્રૌપદીની જગ્યાએ ઓરડી છે.'

'શું જમાનો આવ્યો છે!'

કાકાના મુખમાંથી નિઃશ્વાસ નીકળી ગયો અને 'હરિ ઓમ્' કરીને એક લોટો પાણી વધારે માથા ઉપર નાખ્યું. થોડી વાર પછી અમે બંને ફરવા નીકળી પડ્યા.

શહેરમાં ચારે બાજુ રમખાણ ચાલતું હતું એટલે અમે ખૂબ સાવચેતીથી ચાલતા હતા. કોઈ પાછળથી ખંજર ન ભોંકી જાય એની સાવચેતી રાખતા હતા. કાકાએ મને જરા ગભરાયેલો જોઈને પૂછ્યું:

'ગભરાય છે શા માટે? હું એકલો તેર જણાને પૂરો પડું એવો છું. હળવદમાં મારા નામની હાક બોલે છે એ તને ખબર છે?'

'આ હળવદ નથી એ ધ્યાનમાં રાખજો. ચેતીને ચાલવામાં જ મજા છે. અહીંના ગુંડાઓ પકડાતા નથી એટલે તો મોરારજીભાઈએ એક ગુંડાને પકડવા માટે રૂપિયા ત્રણસોનું ઇનામ જાહેર કર્યું છે.'

'ઘણું સરસ! ત્યારે તો આપણે એકાદ બે પકડી પાડીશું. ખર્ચ સીધો નીકળી જશે.'

આ ગણિતશાસ્ત્ર સાંભળીને મને થયું કે કાકા સાથે ફરવામાં જોખમ છે. જન્મકુંડળીમાં ૧૨મે પડેલો શનિ કેદમાં નંખાવે એવું એક જોષીનું વાક્ય મને

યાદ આવ્યું. અમે આગળ ચાલ્યા પણ કાકા તો દરેક માણસને ટીકીટીકીને જોયા કરે. એ બોલ્યા:

'કોઈ એકાદ ગુંડો દેખાય તો જણાવજે.'

'તમે ગુંડાની ક્યાં માંડો છો! "ગુંડો" એ શબ્દ કંઈ થોડોક જ કોઈના કપાળ ઉપર લખેલો છે? મુંબઈમાં તો ગુંડાઓ અને સદ્‌ગૃહસ્થો વચ્ચે શો ફરક છે એ ખબર પણ નથી પડતી; દેખવામાં સારામાં સારો માણસ પણ ક્યારે ખંજર ભોંકીને ચાલ્યો જાય છે તે કહી શકાતું નથી.'

દૂરથી એક બહેન ચાલ્યાં આવતાં હતાં. કાકા એને ટીકીટીકીને જોવા લાગ્યા, એટલે મેં કહ્યું:

'સ્ત્રીઓ સામે આમ જોવું એ યોગ્ય નથી. આ તો ગામઠી રીત છે. રૂપાળી સ્ત્રીઓને કેમ જોઈ લેવી એ પણ એક કળા છે.'

'એ તારે મને શીખવવું નહીં પડે સમજ્યો? હું તો એટલું જ જોઉં છું કે કોઈ ગુંડો તો નથી ને?'

'કાકા, સ્ત્રીને કંઈ ગુંડો કહેવાય?'

'વાહ કેમ નહીં. બૈરાંની જાત તો ગુંડા કરતાં પણ ભારે ખરાબ. એ તો મીઠી છૂરીથી હુલાવી નાખે. એનાં નયનનાં ખંજર લાગે છે, ત્યારે ભલભલા વીર પુરુષો પણ ગુલાંટ ખાઈ જાય છે અને ધરતી ઉપર ઢળી પડે છે. હાં, આ જે બહેન ચાલ્યાં આવે છે એ તો કોઈ સુધરેલી ભરવાડણ જેવાં લાગે છે.'

મેં કહ્યું, 'ભરવાડણ નથી પણ તેણે એવો પોશાક પહેર્યો છે. આ નવી ફૅશન છે. આવાં વસ્ત્રો ધારણ કરવાથી પહેરનારને એટલો વખત ભાન રહે છે કે જૂની ભારતીય સંસ્કૃતિનો ઉદ્ધાર થઈ રહ્યો છે.'

'બરાબર, અંતરમાં અંગ્રેજી સંસ્કાર અને દેહ ઉપર ભારતનાં આભૂષણો! તું પણ ગધેડાને તાવ આવી જાય એવી વાત કરે છે.'

એવામાં બહેન પાસે આવ્યાં એટલે હું તેમને ઓળખી ગયો. મેં તેમને નમસ્તે કર્યા અને કહ્યું, 'ઓહો? પ્રણયિનીબહેન, તમે ક્યાંથી? આવા તોફાની દિવસોમાં ફરતાં તમને ભય નથી લાગતો?'

'શું થાય! બહાર નીકળ્યા સિવાય છૂટકો છે? મંડળનો પોગ્રામ છે એટલે ટિકિટો વેચવા નીકળી છું.'

આ સાંભળીને જ મને ધ્રાસકો પડ્યો. ખિસ્સામાં જે કંઈ બે-ચાર રૂપિયા છે, એ પણ હમણાં ઊપડી જશે એમ મને લાગ્યું. મેં આડી વાત શરૂ કરી અને બહેન, મને ટિકિટ ખરીદવાનું કહે એ પહેલાં મેં એમને કાકાની ઓળખાણ આપતાં કહ્યું:

'જુઓ, આ છે મારા કરસનકાકા, હળવદ સેવા મંડળના પ્રમુખ, કાઠિયાવાડના એક આગેવાન રાજદ્વારી પુરુષ. આજે જ મુંબઈ આવ્યા છે અને આપણાં મંડળોનો તેઓ અભ્યાસ કરવા માગે છે.'

એમને માટે વપરાયેલાં વિશેષણો સાંભળીને કાકાનો ચહેરો સરદાર વલ્લભભાઈ જેવો બની ગયો. અત્યંત ગંભીરતાથી તેમણે બહેનને નમસ્તે કર્યા, એટલે પ્રણયિનીએ કહ્યું:

'વાહ ઘણું સરસ; ત્યારે તો હું આપને અમારા મહેમાન તરીકે આમંત્રણ આપું છું. જરૂર આવજો; અમારો આખો ઉત્સવ રાજકીય છે. બંગાળને મદદ કરવાનો અમારો હેતુ છે. ગુરુદેવનાં ગીતો હું ગાવાની છું અને માલતીબહેન અને મધુરિકા નૃત્ય કરવાની છે.'

રાજદ્વારી પુરુષની છટાથી કાકાએ જવાબ આપ્યો, 'ભલે બહેન, હું જરૂર આવીશ. રાજકારણમાં પડ્યા એટલે આવી વસ્તુઓમાં ભાગ લીધા સિવાય છૂટકો નથી. પણ હાં, મહેરબાની કરીને મને પ્રમુખ બનાવતા નહીં. હું તો પ્રજાનો મૂંગો સેવક છું.'

'પ્રમુખ તો અગાઉથી ચૂંટાઈ ગયા છે. આપણી પ્રાંતિક કૉંગ્રેસના પ્રમુખે પ્રસંગનું પ્રમુખસ્થાન સ્વીકાર્યું છે.'

'બરાબર એવા જ માણસો પ્રમુખ તરીકે શોભે. રાજકારણમાં પડેલા પુરુષોની આ પહેલી ફરજ છે.'

બહેન ગયાં એટલે કાકાએ મને કહ્યું: 'ભરવાડણનાં કપડાં પહેરે છે પણ શરીર તો તદ્દન જાપાનીઝ રમકડાં જેવું છે. ફૂંક મારીએ તો ઊડી જાય!'

મેં જવાબ આપ્યો, 'આ પણ એક ફૅશન છે. પાતળું શરીર કરવા માટે અહીંની છોકરીઓ "ડાયટિંગ" કરે છે.'

'એ વળી શું છે?'

'ડાયટિંગ એટલે ઓછું ખાવું એ કે જેથી શરીર ફૂલી ન જાય.'

'ત્યારે એમ જ કહે ને કે હાથે કરીને ભૂખમરો વેઠવા માગે છે!'

'એ તો તમે જેવો એનો અર્થ કરો.'

આ વાત કરતાં કાકાને ભૂખ યાદ આવી અને હું એમને મારા મિત્ર સારાભાઈની લૉજમાં જમવા લઈ ગયો. જમવા બેઠા; રોટલી જોઈને કાકાએ ટીકા કરી:

'આવી બટન જેવડી રોટલી ખાતાં કંઈ પેટ ભરાય એમ લાગતું નથી. પીરસનારને કહે કે વીસ-પચીસ એકીસાથે મૂકતો જાય. આપણને ઠંડી રોટલી ચાલશે.'

જમવા બેઠેલા આસપાસના લોકો કાકાના આ શબ્દો સાંભળી રહ્યા. મને થયું કે કંઈ ધમાલ ન થાય તો સારું. દાળ આવી એટલે આખું કમંડળ જ કાકાએ પીરસનારના હાથમાંથી લઈ લીધું અને કહ્યું:

'હજામ વાપરે એવી વાટકીમાં દાળ લેવાથી ખાવાનું ક્યારે પૂરું થાય? શું તમે લોકો છોકરાંને ફોસલાવવા બેઠા છો?'

શાક પીરસનારના હાથમાંથી પણ કમંડળ તેમણે પડાવી લીધું અને કહ્યું:

'આમ દવાની જેમ ચપટી ચપટી શું પીરસ્યા કરે છે?'

લોકો બધા હસવા લાગ્યા અને સૌ કોઈ મને જોઈ રહ્યું. પીરસનારાઓએ ધમાલ શરૂ કરી. લૉજના માલિક સારાભાઈ બહાર ગયા હતા તે વખતસર આવી પહોંચ્યા. અને મારા મહેમાનને જોઈ રહ્યા. નોકરોને લાગ્યું કે શેઠ ગુસ્સે થશે પણ એમ ન બન્યું. તેમણે કહ્યું:

'વાહ શેઠ વાહ! દેશમાંથી આવતા લાગો છો!'

'જી હા, હળવદના અમે શુદ્ધ બ્રાહ્મણ છીએ. રાજકારણનો અભ્યાસ કરવા મુંબઈ આવવું પડ્યું છે. તમારી લૉજનું ખાવાનું સારું પણ માળા પીરસનારા ભારે લોભી! હું કંઈ "ડાયટિંગ-બાયટિંગ" નથી કરતો, સમજ્યા?'

'સારાભાઈ બોલ્યા, મેં તો પીરસનારાઓને ખાસ સૂચના આપી છે કે માગે એટલું પીરસો, ખાનારા જ ભારે લોભી છે. અહીં તો લોકો ખોરાક કરતાં દવા વધારે ખાય છે. અમારી આ ફ્રેન્ડઝ યુનિયન ક્લબમાં તમારા જેવા મહેમાનો ભાગ્યે જ આવે છે અને તમને જોઈ મને ખૂબ આનંદ થયો છે, કારણ કે ખાઈ શકે એવા માણસોને હું વધુ પસંદ કરું છું.'

આ શબ્દો સાંભળીને કાકા ખુશ થઈ ગયા અને બોલ્યા:

'હવે તમે સમજ્યા! અમે રહ્યા કાઠિયાવાડના રાજદ્વારી માણસ, એટલે ખાવાનું ખૂબ જોઈએ.'

સારાભાઈએ કહ્યું, 'હા, કાકા રાજકારણમાં ખાતાં તો આવડવું જ જોઈએ.' અને પછી તેમણે મને કાનમાં કહ્યું:

'ખરેખર, કાઠિયાવાડમાં વીર પુરુષો જ પાકે છે.'

મેં કહ્યું, 'હાસ્તો. એમાં શું નવાઈ છે? આખા દેશમાં કાઠિયાવાડના બે પુરુષોનાં જ નામ ગાજે છે. મોહન અને મહમદ!'

ભોજન કર્યા પછી હું અને કાકા બહાર નીકળ્યા. આટલું ખાધા પછી પણ કાકા રસ્તા ઉપર રબ્બરના દડાની જેમ ચાલતા હતા અને મારું શરીર જાણે કોઈએ સીસું ભરી દીધું હોય એમ ભારે થઈ ગયું હતું. જમ્યા પછી કાકામાં

જુવાની પ્રગટ થઈ હોય એવી એની ચાલ હતી ત્યારે મારી જુવાની જરા બની ગઈ હતી.

બજારમાં એકાદ બે મિત્રોને અમે મળ્યા, એમની દુકાને થોડો વખત પસાર કર્યો અને પ્રણયિનીબહેને ગોઠવેલા કાર્યક્રમમાં જવાનો વખત થઈ ગયો.

અમે આવી પહોંચ્યા, પ્રણયિનીબહેન બહાર ઊભાં હતાં. તેમણે કાકાનું સ્વાગત કર્યું અને ખાસ ગોઠવી રાખેલી જગ્યાએ અમને લઈ ગયાં. કાકાની નજર ચારે બાજુ ફરતી હતી અને જાણે બારીક અભ્યાસ કરી રહ્યા હોય એવી એમની દૃષ્ટિ હતી. પડદો ઊઘડ્યો અને માઇક્રોફોન પાસે ઊભેલા એક યુવાને કાર્યક્રમની જાહેરાત કરવી શરૂ કરી. એના લાંબા વાળ, કફની અને ધોતિયું જોઈ કાકાએ મને કહ્યું:

'આ કોઈ હવેલીના મહારાજનો દીકરો લાગે છે.'

'ના, એ અમારા શહેરના સારામાં સારા ડાન્સર–નૃત્યકાર છે. લાંબા વાળ રાખવા એ આજકાલની ફૅશન છે. ખાસ કરીને જે પોતાને કલાકાર ગણાવે છે તે આવા લાંબા વાળ રાખે છે.'

'હં'. કાકા વધુ ન બોલ્યા, કાર્યક્રમ શરૂ થયો. મેં તો આવા અનેક કાર્યક્રમો જોયા હતા એટલે મને કંઈ રસ ન હતો. રાસ અને નૃત્ય દરેક કાર્યક્રમમાં હોય જ અને મને એમાં કદી પોશાક સિવાય બીજી કોઈ વિવિધતા અત્યાર સુધી જણાઈ ન હતી. કાકાએ કહ્યું:

'સંગીત બધું દાળભાત જેવું લાગે છે. આમાં આપણું કાઠિયાવાડનું કે ગુજરાતનું સંગીત કેમ ક્યાંય દેખાતું નથી?'

'કાકા, ગીતના શબ્દો ગુજરાતી છે પણ ઢાળ બંગાળી છે એટલે તમને દાળભાત યાદ આવે છે. ગુજરાતમાં બંગાળનો યુગ બેઠો છે; જેટલું બંગાળી હોય એટલું સારું છે એમ માનવામાં આવે છે.'

પછી કાઠિયાવાડી રાસ શરૂ થયો. બધાંએ વસ્ત્રો ઘણાં સુંદર પહેર્યાં હતાં. આ રાસ કાકાને પસંદ આવ્યો હોય એમ મને લાગ્યું. મેં તેમને પૂછ્યું:

'કેમ કાકા, બરાબર જમાવટ શરૂ થઈ છે ને!'

'આંખને ગમે છે પણ કોઈનામાં તાકાત નથી. દાંડિયા પણ જાણે મરતાં મરતાં અડકાડતા હોય એમ લાગે છે. રાસ લેતી વખતે તો ધરતી ધ્રૂજવી જોઈએ. પણ કોઈનામાં તેમ દેખાતું નથી. બધા દવાખાનામાંથી ઊઠીને આવ્યા હોય એમ લાગે છે.'

આટલું કહીને કાકા બે પળ માટે શાંત બેસી રહ્યા અને પછી મને પૂછ્યું;

'આ લોકો લગ્ન કરશે ખરાં?'

'હાસ્તો; શરૂઆતમાં નથી પરણવું એમ કહે છે અને પછી ક્યારે પરણી જાય છે તે કહેવાતું નથી.'

કાકા બોલ્યા, 'જો આ લોકો પરણશે તો પહેલી જ સુવાવડે કંપની ફડચામાં જશે, કારણ કે શરીરનું બંધારણ એવું છે.'

કાકાના આ શબ્દો સાંભળીને બાજુમાં બેઠેલા એક સદ્‌ગૃહસ્થ ખડખડાટ હસી પડ્યા. તે બોલ્યા:

'તમારી વાત સાચી છે.'

અને પછી તો આ વિષય ઉપર બીજા બે માણસો પણ ઊતરી પડ્યા. એકે કહ્યું, 'કાકા, શક્તિ વિનાની યુવાની તદ્દન નકામી છે. હું તો માનું છું કે જ્યાં સુધી શરીરમાં તાકાત ન હોય ત્યાં સુધી આ નૃત્યકળાને ગુજરાતે ઊંચે મૂકી દેવી જોઈએ. માયકાંગલાં અને ખડમાંકડાં જેવાં શરીરો લઈને આ ગુજરાતણો નાચે છે ત્યારે મારું હૃદય બળી જાય છે.'

મને વિચાર આવ્યો કે કાકાને અહીંથી કોઈ પણ હિસાબે ખસેડવા જોઈએ, કારણ કે એ રહ્યા આખાબોલા માણસ અને એમની બરછટ ભાષા સાંભળીને કોઈનું મગજ તપી જશે તો નકામી ધમાલ મચી રહેશે. એમને કેવી રીતે બહાર લઈ જવા એ વિચાર કરતો હતો ત્યાં કાકા પોતે જ બોલ્યા:

'મારું માથું ચડી ગયું છે. ભારતની સંસ્કૃતિનો આવો ઉદ્ધાર મારાથી સહન થતો નથી, તને વાંધો ન હોય તો આપણે કોઈ બીજા મંડળની મુલાકાત લઈએ.'

હું અને કાકા બહાર નીકળી ગયા; એક હોટેલમાં ગયા. કાકાએ નાસ્તો કર્યો અને મેં ચા લીધી. સામેની કૅબિનમાંથી એક છોકરો નીકળ્યો અને એની પાછળ સુંદર છોકરી પણ આવી. છોકરો બિલના પૈસા ચૂકવીને રવાના થઈ ગયો અને ત્યાર પછી પાંચ મિનિટે છોકરી હોટેલની બહાર નીકળી. કાકાએ પૂછ્યું:

'બંને સાથે નીકળ્યાં અને છોકરો કેમ એને છોડીને ચાલ્યો ગયો?'

'આ મુલાકાત એવા પ્રકારની હશે, બંને સાથે ફરે છે એ કોઈ જોઈ ન જાય એટલે છોકરો વહેલો ચાલ્યો ગયો અને છોકરી હોટેલમાંથી એકલી નીકળે તો બહાર ચાલ્યા જતાં કોઈ ઓળખીતાને શંકા ન આવે.'

આ જવાબ સાંભળીને કાકા ઊંડા વિચારમાં પડી ગયા. એવામાં સમાચાર આવ્યા કે અમુક લત્તાઓમાં આજે વહેલું રાત્રિ ફરમાન શરૂ થશે. મેં કાકાને કહ્યું, 'શહેરની સ્થિતિ સારી નથી લાગતી; આપણે જેમ બને તેમ ઘેર પહોંચી જવું જોઈએ, ચાલો આપણે ઊઠીએ.'

'ચાલ જલદી; રસ્તામાં એકાદ ગુંડો પકડી પાડીશું તો આપણને ફાયદો થશે.'

હજી કાકા ગુંડાની વાત ભૂલ્યા નથી એ જાણીને મને દુઃખ થયું. મેં ભગવાનને મનમાં પ્રાર્થના કરી કે આ આફતનું પડીકું સહીસલામત ઘેર પહોંચે તો સારું. ટ્રામ અને બસનો વ્યવહાર બંધ થઈ ગયો હતો. મને થયું કે આ રમજાનના દિવસોમાં અરે ભૂલ્યો રમખાણના દિવસોમાં ઘેર તો જેમ બને તેમ જલદી પહોંચી જવું જોઈએ. જેમ જેમ આગળ વધતાં ગયા તેમ તેમ રસ્તા ઉપર માણસો ઓછા થવા લાગ્યા. મકાન દૂર હતું અને રસ્તો લાંબો હતો પણ કાકા તો લહેરથી ચાલતા હતા. તેમણે કહ્યું:

'હજુ સુધી કોઈ ગુંડો આપણને મળ્યો નહીં. ક્યાંય હુલ્લડ જેવું લાગતું નથી.'

'ગુંડા કંઈ નગારાં વગાડીને નથી આવતા. આપણે ઉતાવળ કરવી જોઈએ.'

'ઉતાવળ શા માટે કરવી જોઈએ? એમ તે કોણ પકડી જવાનું છે!'

મેં કહ્યું, 'કાકા, આ કંઈ હળવદ નથી સમજ્યા? છ વાગ્યા પહેલાં આપણે ઘેર પહોંચી જવું જોઈએ. ન પહોંચ્યા તો મૂઆ સમજજો. મુંબઈની પોલીસ પકડવામાં ભારે બહાદુર છે.'

કાકાએ ઉતાવળ શરૂ કરી પણ હવે તો પાંચ જ મિનિટ રહી હતી. અમારા શ્વાસની ગતિ વધવા લાગી. મેં કાકાને કહ્યું:

'હવે આપણે દોડીએ.'

'દોડવું નથી. આપણે કંઈ કોઈનાં લગનમાં નથી જતા સમજ્યો! બહુ બહુ તો પકડી જશે.'

ખલાસ છ વાગી ગયા; રસ્તો જાણે અવસાન પામ્યો હોય એમ લાગવા માંડ્યું. મેં કાકાને કહ્યું:

'કાકા, આપણે બાજુની ગલીમાં ચાલ્યા જઈએ. ત્યાં પોલીસ નહીં હોય.'

'એમ કેમ?'

'અમારે ત્યાં પોલીસ સરિયામ રસ્તા ઉપર જ ઊભી રહે છે.'

બાજુની ગલીમાં વળી ગયા પણ લત્તો ખરાબ હતો. મને ભય લાગવા માંડ્યો કે કોઈ માથા ઉપર ઍસિડ ફેંકશે અને મોઢું કદરૂપું થઈ જશે તો મારી પત્ની જ મને નહીં ઓળખી શકે. જેમ નળ રાજા બાહુક બની ગયા હતા એમ મારું સ્વરૂપ પણ નહીં થઈ જાય એની શી ખાતરી!

જરા આગળ ચાલ્યા. સામેથી બે માણસોને ખાદીના પોશાકમાં આવતા જોયા. કરફ્યુનો સમય થઈ ગયો હતો છતાં પણ આ લોકો જાણે એમનું રાજ હોય એવી રીતે ધીમે ધીમે ચાલતા હતા અને આસપાસ જોતા હતા. કાકાએ ધીમેથી કહ્યું.

'કોઈ ગુંડા તો નહીં હોય ને? ખાદીનો પોશાક પહેરીને નીકળી પડ્યા છે. જરા ચેતીને ચાલવા જેવું છે.'

પેલા બે માણસો પણ અમને જોઈ રહ્યા. કાકાને જોઈને કદાચ એમને પણ એમ લાગ્યું કે અમે ગુંડા છીએ, એ દૂર ઊભા રહ્યા. એટલે અમે પણ ઊભા રહ્યા. મેં કાકાને સહેજ ભય પામતાં કહ્યું:

'આગળ વધવું જોખમભરેલું છે. આપણી રાહ જોઈને જ ઊભા લાગે છે.'

ગભરાતો નહીં. રૂપિયા છસોનો માલ હાથ આવ્યો છે. હું બંનેને પકડી શકું એમ છું. જોયા કર, ખિસ્સામાંથી છરી કાઢે એટલી જ વાર છે.'

આમ વાત ચાલે છે ત્યાં બાજુની ગલીમાં ધમાલ મચી રહી. અમે ગભરાયા. કાકાએ કહ્યું, 'ચાલ આપણે જોવા જઈએ. એકાદને પકડીશું.'

કાકા જાય એ પહેલાં તો આ લોકો ત્યાં દોડી ગયા. મેં કાકાને કહ્યું:

'તમે મહેરબાની કરી ઘેર ચાલો; આપણો રસ્તો સાફ થઈ ગયો છે.'

અમે આગળ વધ્યા ત્યાં જ નાકા ઉપર ફરી પેલા સદ્‌ગૃહસ્થોને જોયા. એકના હાથમાં લોહીથી ખરડાયેલું ઉઘાડું ખંજર હતું. આ જોઈને મારું લોહી ઝપાટાબંધ વહેવા લાગ્યું. મેં કાકાને કહ્યું:

'ઊભા રહો. આગળ વધવામાં જોખમ છે. બાજુની ગલીમાં આ લોકો કોઈને હુલાવીને આવ્યા લાગે છે.'

અમે એક ખૂણામાં છુપાઈ ગયા. કાકાએ ખૂબ ધીમેથી મારા કાનમાં કહ્યું:

'હું હવે પાછળથી એમને પકડું છું.'

કાકાનાં રૂંવાડે રૂંવાડે શૂરાતન પ્રગટ્યું. તેમણે બાંયો ચડાવી અને ધીમેથી આગળ વધ્યા. મારી માનસિક સ્થિતિનું વર્ણન થઈ શકે એમ નથી.

અને દીપડાની જેમ કાકા કૂદ્યા! જેના હાથમાં છૂરી હતી એને ગરદનમાંથી પકડ્યો અને પછી બગલ વચ્ચે એનું માથું દાબી દીધું. બીજા માણસના હાથમાં લાકડી હતી તે કાકાને મારવા લાગ્યો. આ જોઈને હું દોડ્યો અને પેલાના હાથમાંથી લાકડી પડાવી લીધી. કાકાએ એને પણ પકડ્યો અને બીજી બાજુ બગલમાં એનું માથું પણ દબાવી દીધું. કાકાનો વિકરાળ દેખાવ જોઈને મને હનુમાનજી યાદ આવ્યા. હું દોડ્યો અને સરિયામ રસ્તા ઉપરથી પોલીસને બોલાવી આવ્યો.

પોલીસે બંનેને પકડ્યા અને કાકાને શાબાશી આપી. જેના હાથમાં છૂરી હતી તે સદ્‌ગૃહસ્થને પોલીસે સરસ્વતી સુણાવતાં કહ્યું:

'સાલે ગુંડા લોક! ખાદી પહનકર ખૂન કરને કો આયા!'

સદ્‌ગૃહસ્થ બોલ્યા, 'તને ખબર છે કે અમે કોણ છીએ. હું છું મુંબઈનો મુખ્ય પ્રધાન બી. જી. ખેર અને આ છે શ્રી મોરારજી દેસાઈ!'

આ શબ્દો સાંભળીને હું ચમક્યો. મેં કંઈ કોઈને જોયા ન હતા. પછી થયું કે મુંબઈના મુખ્યપ્રધાન અને ગૃહમંત્રી કંઈ આવી રીતે થોડાક જ નીકળે! પોલીસે કહ્યું:

'વાહ! ખેરસાહેબ વાહ! અમારા મુખ્યપ્રધાન કદી પણ હુલ્લડમાં બહાર નીકળતા નથી અને મોરારજીભાઈ પોલીસ વિના એક ડગલું પણ આગળ વધતા નથી. શું તમે અમને ઉલ્લુ ધારો છો? કોનું ખૂન કરી નાખ્યું બોલો?'

'અરે પણ અમે કોઈનું ખૂન કર્યું નથી અને...'

'ચૂપ કર બદમાશ!' પોલીસે કહ્યું.

બંનેને ધક્કા મારીને પોલીસની મોટરમાં ધકેલી દેવામાં આવ્યા. કાકાને આગળ બેસાડ્યા. આ તોફાનમાં મારે નહોતું પડવું એટલે હું દૂર ઊભો હતો. પોલીસે મને પણ પકડ્યો. મેં કહ્યું, 'મને શા માટે પકડો છો? મેં કંઈ તોફાનમાં ભાગ નથી લીધો.'

'એ ન ચાલે. તોફાન થાય એટલે રસ્તા ઉપરના બધાને પકડી લેવાના એવો અમારો નિયમ છે.'

'પણ રસ્તા ઉપર કોઈ ઊભું ન હોય તો?'

'તો અમે ઘરમાંથી પકડી જઈએ છીએ.'

આખરે મને પણ ગાડીમાં ધકેલવામાં આવ્યો. અમને ત્રણને લૉકઅપમાં પૂરવામાં આવ્યા અને કાકા તો વીર પુરુષ થયા એટલે એમને ખાસ ઑફિસમાં લઈ જવામાં આવ્યા. ગંદી એવી કોટડીમાં નસીબને દોષ દેતો હું બેઠો હતો ત્યાં એક સદ્‌ગૃહસ્થે બીજાને કહ્યું:

'જોયુંને ખેરસાહેબ! તમે કહેતા હતા કે ચાલો નગરચર્ચા કરવા! કેવા ભૂંડા હાલ થયા. આ કંઈ રાજા વિક્રમનો જમાનો નથી, હું તમને ના પાડતો હતો કે આ અખતરો કરવા જેવો નથી, છતાં પણ કર્યો.

અને આ સાંભળીને મારી નવાઈનો પાર ન રહ્યો, મને ખાતરી થઈ કે ખેરસાહેબ અને શ્રી મોરારજી દેસાઈ પુરાઈ ગયા છે. આવા મોટા માણસોની સાથે હું પણ પુરાયો છું એ જાણીને મને આનંદ થયો અને પોલીસની મૂર્ખાઈ ઉપર હસવું આવ્યું. પોલીસનો વાંક ન હતો. નવા આવેલા પ્રધાનોએ એ ક્યાંથી ઓળખી શકે? ખેરસાહેબના હાથમાં લોહીથી ખરડાયેલું ખંજર પણ હતું. ખેરસાહેબે પૂછ્યું:

'મોરારજીભાઈ, શું પોલીસ આપણને ઓળખતી નહીં હોય?'

'ક્યાંથી ઓળખે? શું આપણે કપાળે છાપ મારી છે? હું તો તમને પહેલેથી

જ કહેતો હતો કે અમલદારો સાથે જવું જોઈએ પણ તમે માન્યા નહીં. હવે કરો મજા. કોઈ સાર્જન્ટ આવે તો સરખી વાત થાય. મારું-તો ગળું મરડાઈ ગયું છે.' મોરારજીભાઈએ જવાબ આપ્યો.

ખેરસાહેબ ઊંડા વિચારમાં પડી ગયા. એની ગરદન પણ દુઃખતી હોય એમ મને લાગ્યું, કારણ કે વારંવાર ગરદન ઉપર તે હાથ ફેરવતા હતા. બહાર એક પોલીસ ઊભો હતો. મુખ્યપ્રધાને એને કહ્યું:

'એય તું સાર્જન્ટને બોલાવી લાવ. મારે એમનું કામ છે.'

પુરાયેલા માણસો આવો હુકમ કરે એ જોઈને પોલીસનું મગજ બગડ્યું. તેણે ગુસ્સામાં કહ્યું, 'અમારા સાહેબ ગુંડાઓ સાથે વાતો નથી કરતા. એમનાથી સદા દૂર રહે છે.'

બીજો પોલીસ આવ્યો અને તેણે પહેલાને કહ્યું, 'યાર કેવા કેવા માણસો આજકાલ હુલ્લડમાં ભાગ લઈ રહ્યા છે. દેખાવમાં સારા લાગતા માણસો ખૂન કરવા નીકળી પડે ત્યારે એમને પકડવા પણ કેવી રીતે? જો તું આ લોકો પાસેથી થોડા પૈસા પડાવે તો વળી આપણે કંઈ રસ્તો કાઢીએ.'

આ સલાહ સાંભળીને પહેલાં પોલીસે ખેરસાહેબને કહ્યું, 'સાંભળો ગુંડાલોક! કંઈ ચા-પાણીના પૈસા આપો તો વળી સાહેબને તમારો સંદેશો પહોંચાડું.'

પોલીસની આ વાણી સાંભળીને બંને ચમક્યા. મોરારજીભાઈનો ચહેરો ગુસ્સાથી લાલચોળ બની ગયો. તે ભભૂકી ઊઠ્યા:

'હરામખોર, તું લાંચ માગે છે?'

પોલીસે ગુસ્સામાં જવાબ આપ્યો, 'જબાન સંભાળીને વાત કર. આ લાંચ નથી પણ ચા-પાણીના પૈસાની વાત છે. આ રિવાજ ઘણો જૂનો છે. ગમે તે સરકાર રાજ્ય ચલાવે પણ આ રિવાજ તો ચાલુ જ રહેવાનો.'

લૉકઅપમાં પુરાયેલા મોરારજીભાઈ શું કરે? બંનેને લાગ્યું કે વ્યાવહારિક બન્યા સિવાય છૂટકો નથી. મોરારજીભાઈએ પોતાના ખિસ્સાં તપાસ્યાં પણ કંઈ ન નીકળ્યું એટલે તેમણે ખેરસાહેબને કહ્યું, ખેરસાહેબે કોટ પહેર્યો હતો. તેમણે એક પછી એક બધાં ખિસ્સાં જોયા પણ ગીતાનું નાનું પુસ્તક અને તકલી સિવાય કંઈ ન નીકળ્યું. તેણે મોરારજીભાઈને અંગૂઠો બતાવીને પોતાની સ્થિતિ સમજાવી દીધી. આશામાં ઊભેલો પોલીસ બોલી ઊઠ્યો:

'હું જાણતો જ હતો કે તમે બંને દાદા લોક છો, જેમની પાસે પૈસા નથી એવા કડકા લોક હુલ્લડમાં ગુંડા બની જાય છે.'

મોરારજીભાઈ તો એવા મનમાં સમસમી રહ્યા. રાતના નવ વાગ્યે સાર્જન્ટ

આવ્યો અને અમને ત્રણેને એમની સમક્ષ રજૂ કરવામાં આવ્યા. સાર્જન્ટ કોઈ અંગ્રેજ હતો પણ ચિકાર પીધો હોય એમ એના ચહેરા ઉપરથી લાગતું હતું, ખેરસાહેબને એમ કે મને જોઈને સાર્જન્ટ તરત જ ઊભો થઈ જશે અને સલામ ભરશે. પણ એવું ન બન્યું એટલે તે જરા મૂંઝાયા. અમને જોઈને જ સાર્જન્ટનું મગજ ગયું અને તેણે પોલીસને હુકમ કર્યો:

'આ ગુંડાઓને મારાથી દસ ફૂટ દૂર ઊભા રાખો.'

અમે દસ ફૂટ દૂર ઊભા રહ્યા. ખેરસાહેબે કહ્યું, 'મિસ્ટર સાર્જન્ટ! હું મુંબઈનો મુખ્યપ્રધાન છું અને આ ગૃહસચિવ મોરારજી દેસાઈ.'

આ સાંભળીને સાર્જન્ટ ખડખડાટ હસી પડ્યો. તેણે મને જોઈને ખેરસાહેબને કહ્યું, 'અને આ બ્રિટનના રાજા છે એમ શા માટે નથી કહેતા? તમારા લોકોનું મગજ તો ઠેકાણે છે ને? વ્હિસ્કી તો નથી ચડાવ્યો ને?'

મોરારજીભાઈ લાલ-પીળા થઈ ગયા. તેમણે કહ્યું, 'મિસ્ટર, સંભાળીને વાત કરો. શું અમે ખાદીધારી માણસો દારૂ પીએ? હું મોરારજી છું તે યાદ રાખો.'

સાર્જન્ટ ગુસ્સે થયો. તેણે કહ્યું, 'ખાદીધારી માણસો શું નથી કરતા અને શું કરે છે તે હું જાણું છું. મુંબઈનાં કાળાંબજાર ચલાવનાર આ બધા ખાદીધારી માણસો જ છે. હું બધાને જાણું છું. તમે તમારી જાતને મોરારજીભાઈ ગણાવીને છૂટી જવા માગો છો? એમ હું કાંઈ છેતરાઈ જાઉં એમ નથી સમજ્યા? જો તમે મોરારજી હો તો અમારી પોલીસ તમને પકડે જ નહીં, કારણ કે અમે કદી સાચા માણસને પકડતા જ નથી.'

'પણ...'

'ચૂપ! બોલો કોનું ખૂન કરી નાખ્યું? ખંજર ક્યાંથી લાવ્યા?'

ખેરસાહેબે જવાબ આપ્યો, 'સાહેબ, અમે તો નગરચર્ચા કરવા નીકળ્યા હતા, બાજુની ગલ્લીમાં તોફાન થયું, એક ગુંડાને મેં પકડ્યો પણ તે ખંજર ફેંકીને ચાલતો થયો. મેં તે ઉઠાવી લીધું. અમે આગળ વધીએ છીએ ત્યાં કોઈએ અમને પકડ્યા.'

સાર્જન્ટે કહ્યું: 'બહુ સારી બનાવટ કરી જાણો છો.'

હવે ખેરસાહેબને લાગ્યું કે વધુ બોલવામાં સાર નથી એટલે તે તકલી કાંતવા લાગ્યા. આ જોઈને સાર્જન્ટે કહ્યું:

'આ તીક્ષ્ણ હથિયાર જેવું શું છે? પોલીસ! એના હાથમાંથી ઝૂંટવી લો અને ડબલ કામ ચલાવો.'

પોલીસે તકલી ખેંચી લીધી. મોરારજીભાઈ ગુસ્સામાં બોલી ઊઠ્યા, 'હું સત્ય

કહું છું કે હું હોમ મેમ્બર છું અને આ ખેરસાહેબ છે.'

સાર્જન્ટ હસી પડ્યો; તેણે કહ્યું: 'બસ બહુ થયું, હવે મને ખાતરી થઈ ગઈ છે કે તમારા લોકોનું મગજ ચસ્કી ગયું છે. આવતી કાલે સવારમાં જ ગાંડાની હૉસ્પિટલમાં તપાસ માટે મોકલી આપવામાં આવશે.'

ફરી અમને ત્રણને પૂરી દેવામાં આવ્યા. સવારમાં મને મારું સરનામું લઈને છૂટો કરવામાં આવ્યો, કારણ કે મારા ઉપર ફક્ત રાત્રિ ફરમાન ભંગ કરવાનો જ આરોપ હતો. પ્રધાનોને થાણા કે જ્યાં પાગલખાનું છે ત્યાં મોકલી દેવાની તૈયારીઓ થવા લાગી. હું બહાર નીકળતો હતો ત્યાં ખેરસાહેબે મને કહ્યું: 'જુઓ મિસ્ટર, આ વાત કોઈને કહેતા નહીં. બહુ જ ખાનગી રાખજો...'

મેં એમની દયા ખાતાં કહ્યું, 'પણ સાહેબ આપને તો થાણા...'

'ગભરાશો નહીં, અમે તો હમણાં જ છૂટી જઈશું.'

હું ઘેર આવ્યો; જોયું તો કાકા આનંદમાં બેઠા હતા. મેં કહ્યું,

'તમે પણ અજબ છો. એ લોકો મુંબઈના પ્રધાનો જ હતા. મને ખાતરી થઈ ગઈ છે.'

'તારું પણ ચસ્કી ગયું લાગે છે. એમને કંઈ પોલીસ પકડે ખરી! આપણું ઇનામ નક્કી છે. રૂપિયા છસો મળી જશે.'

કાકાને બધી વાત કરી પણ તેમણે સાચું ન માન્યું. બે દિવસ પછી કાકાને પોલીસની ગાડી બોલાવવા આવી અને કહ્યું, 'ચાલો, મોરારજીભાઈ તમને આજે ઇનામ આપવા માગે છે.'

હું સમજી ગયો કે કાકા આજે જેલ ભેગા થઈ જશે. કંઈ વધુ પડતો બફાટ ન થઈ જાય અને કાકા મારામારી ન કરી બેસે એવી ગણતરી કરીને હું પણ એમની સાથે ગયો. અમે ઑફિસમાં દાખલ થયા અને કાકાના મોતિયા મરી ગયા.

ખેરસાહેબ અને શ્રી મોરારજીભાઈ ગરદન ઉપર હાથ ચોળતા બેઠા હતા. કાકાએ જરા ગભરાટમાં મારી સામે જોયું. કાકાને જોઈને બંને થોડું હસ્યા અને પછી કહ્યું:

'મહેરબાન, તમારી બહાદુરી માટે અમારી સરકાર તમને છસો રૂપિયા ઇનામ આપે છે અને પોલીસની નોકરીમાં જો ઊંચા અમલદાર તરીકે કામ કરવું હોય તો તમને એ ઉપર વિચાર કરવાની તક આપે છે.'

ઇનામનો સ્વીકાર કરતા કાકા બોલ્યા, 'સાહેબ, માફ કરજો. તમારું ગળું મારાથી વધુ પ્રમાણમાં દબાઈ ગયું હશે. મીઠું તથા હળદરનો લેપ કરજો.'

બંને હસી પડ્યા. બહાર નીકળ્યા પછી કાકાએ મને પૂછ્યું:

'ઇનામ તો આપણે ગુંડાઓને પકડીએ તો જ મળે એવી જાહેરાત કરવામાં આવી હતી. આપણે શું ગુંડાઓને પકડ્યા હતા?'

કાકાના દરેક પ્રશ્નનો મેં જવાબ આપ્યો હતો પણ આ પ્રશ્નનો મેં જવાબ ન આપ્યો!

* * *

૭ અમદાવાદની કન્યા

એમ કહેવાય છે કે અસલના વખતમાં મહારાજાઓ એમના શયનગૃહની બાજુમાં પ્રભાતે જ્યારે સંગીત શરૂ થાય ત્યારે ઊઠતા; મેં પણ આવો વૈભવ સાચવી રાખ્યો છે; જોકે કાયદાની દૃષ્ટિએ હું કોઈ મહારાજા નથી પણ મારી નાનકડી ઓરડીનો હું રાજા છું એ વાતની કોઈથી ના પાડી શકાય એમ નથી. આજકાલ દેશી રાજ્યોમાં પ્રજાતંત્ર આપવાની વાત ચાલી રહી છે, એટલે મેં પણ નક્કી કરી નાખ્યું કે મારો વખત સમજીને મારી પ્રજાને સત્તા આપવી જોઈએ. ઘણા એવો અર્થ કરશે કે મારી પ્રજા એટલે મારાં બાળકો, પણ ના એમ નથી; મારી પ્રજામાં તો અત્યારે એક ઘાટી છે અને આ ઘાટી પણ હજારને પૂરો પડે એવો છે. એને પણ જમાનાનો રંગ લાગી ગયો છે. ઘણી વાર મને પૂછ્યા વિના હડતાલ ઉપર ઊતર્યો છે અને મારું આખું રાજતંત્ર હચમચાવી નાખ્યું છે. ઘણી વાર તેણે મને પ્રજાસત્તાક રાજ્યના સિદ્ધાંતો સમજતો કરી દીધો છે. મને થયું કે જો એને રાજ્યનું સુકાન હાથમાં આપવામાં નહીં આવે તો વખત જતાં એ મને સિંહાસન ઉપરથી ઉઠાડી મૂકશે અને તેથી મેં એને માટે પ્રજાસત્તાક રાજ્યની જાહેરાત કરતાં કહ્યું:

'મારા એકના એક પ્રજાજન શ્રી ઘાટીસાહેબ, હું આજથી તમને આપણા આ નાના રાજ્યનો કારભાર સોંપું છું, બધી સત્તા તમારા હાથમાં છે અને મહારાણી વિનાનું આ રાજ્ય કેમ ચલાવવું એ તમારે ધ્યાનમાં રાખવાનું છે. આપણા રાજ્યનું દરેક ખાતું તમે પોતે સંભાળી શકો એમ છો માટે નવા પ્રધાનો નીમવાની જરૂર નથી. આજથી હું ફક્ત નામનો જ રાજા છું.'

આમ સત્તા સોંપવાનો વિધિ પૂરો થયો અને મેં એમનો પાંચ રૂપિયા પગાર

વધારી આપ્યો. તેમણે રાજ્યનું દરેક ખાતું સંભાળી લીધું. ધોલાઈ ખાતું, ખરીદી ખાતું, મ્યુનિસિપાલિટી વગેરે વગેરે! અને પછી તો જાણે હું સાચે જ મહારાજા હોઉં અને તે મારો વડો પ્રધાન હોય એવી રીતે વર્તવા લાગ્યો.

સવારમાં મને જાગ્રત કરવા માટે તે પ્રાઇમસનું સંગીત શરૂ કરે અને પછી જ હું કોઈ મોગલ બાદશાહની જેમ પલંગમાંથી બેઠો થાઉં. પલંગનો અર્થ અહીં સવા રૂપિયાવાળી શેતરંજી કરવાનો છે! આજે પણ હું આવી વિચારસૃષ્ટિમાં ઊભાં ઊભાં દાતણ કરતો હતો અને માળામાં આસપાસ નજર ફેરવતો હતો ત્યાં કરસનકાકા આવી ચડ્યા અને કહ્યું:

'આટલો મોડો ઊઠે છે! જાણે મોટો મહારાજા નહીં તો!'

કાકાને મારે કેવી રીતે સમજાવવું કે હું ખરેખર મહારાજા છું! મેં કહ્યું:

'કાકા બધું નિયમ પ્રમાણે જ ચાલે છે. બોલો, તમે અત્યારના પહોરમાં ક્યાંથી આવી ચડ્યા?'

'આને શું તું અત્યારનો પહોર કહે છે? દસ વાગ્યા દસ.'

'કાકા, અમારા રાજમાં એવો નિયમ છે કે જાગ્યા ત્યારથી સવાર! પછી ભલે રાત્રે બાર વાગ્યે જાગી ઊઠો કે બપોરના બાર વાગ્યે.'

કાકા મારી સામે જોઈ રહ્યા અને પછી મને કહ્યું, 'આવો ને આવો રહ્યો. ઘરમાં વહુ આવશે તો તારું શું થશે?'

'મારું કે વહુનું?'

'એ બધું એક જ. લે ચાલ ચા પી લઈએ. મારે તને એક વાત કહેવાની છે.'

ચા પીતાં પીતાં કાકાએ કહ્યું, 'આજે આપણે ગુજરાત મેલમાં નીકળી જવાનું છે.'

ઘણા માણસોને એવી ટેવ હોય છે કે શું કરવાનું છે એ પહેલાં કહે અને શા માટે કરવું છે એ પછી કહે. કાકાનો પણ આવો સ્વભાવ છે. મેં પૂછ્યું:

'શા માટે અમદાવાદ જવાનું છે?'

'ત્યાં એક સારી કન્યા છે. તેને આપણે જોવી છે. જો પાસ પડે તો આ વખતે તારું ત્યાં કરી નાખવાનું છે.'

કાકાને આવી બાબતમાં ખૂબ રસ પડે; કોઈનું ચોકઠું ક્યાં બેસાડવું એ એનું કામ. કેટલાયે વખતથી એ મારી પાછળ પડ્યા હતા, પણ હું વાત ઉડાવી દેતો. આજે તો કાકા નિશ્ચય કરી આવ્યા હોય એમ લાગ્યું. મેં કહ્યું:

'મારે અમદાવાદ નથી આવવું, અમદાવાદની કન્યા મારે ન જોઈએ.'

કાકા બોલી ઊઠ્યા, 'માળા મૂરખ! જેમ સૂરતની બરફી વખણાય છે તેમ

અમદાવાદની કન્યા વખણાય છે. અમદાવાદનું પાણી સ્ત્રીઓને જેટલું માફક આવે છે એટલું પુરુષોને નથી આવતું. તું ત્યાં આવીશ એટલે આ વાત તને સમજાશે.'

'એમ કેમ?'

'આ વાતની ખબર મને હમણાં ત્યાં કોમી હુલ્લડ થયું ત્યારે જ પડી અને સાધારણ રીતે જોઈશ તો તને ખબર પડશે કે અમદાવાદમાં સ્ત્રીઓની તબિયત જેવી સારી રહે છે એવી પુરુષોની નથી રહેતી. અમદાવાદની કન્યા લાવવામાં કંઈ વાંધો નથી.'

કાકાનું તર્કશાસ્ત્ર નિરાળું જ હતું, એટલે હું કંઈ બોલ્યો નહીં. મેં તો ચોખ્ખું જણાવ્યું:

'મારે અમદાવાદ નથી આવવું.'

'એમ તે કંઈ ચાલે. અત્યારે તો લગનની સિઝન શરૂ થઈ છે અને આવાં કામ સિઝનમાં જ થઈ જવાં જોઈએ. તું પહેલાં તો જો, જોઈશ કે તરત જ હા પાડી દઈશ. ગુલાબના ગોટા જેવી છોકરી છે.'

'અરે, ગુલાબના ગોટા જેવી હોય કે પાણીના લોટા જેવી પણ મારે નથી આવવું.'

'એ નહીં ચાલે, મેં ટિકિટ પણ મંગાવી લીધી છે.'

કાકાની સાથે વધુ શું બોલવું? વડીલ રહ્યા એટલે માન પણ રાખવું જોઈએ, મેં કહ્યું:

'પણ છોકરી કોની છે?'

હું એમની સાથે જવાની ઇચ્છા રાખું છું. એ જાણીને કાકા આનંદમાં બોલી ઊઠ્યા:

'અરે દીકરા, છોકરી તો ઝાંસીની રાણી જેવી બહાદુર છે અને બબ્બે ચોટલા રાખે છે.'

'બે રાખે કે ચાર એની મને પડી નથી પણ છે કોની?'

'વલ્લભભાઈની.'

અને છોકરીના બાપનું નામ સાંભળીને મારી નસોમાં આગળ ધપતું લોહી પાછું ફરવા લાગ્યું. હું ઊભો થઈ ગયો. હાથમાં કેળાની છાલ હતી તે મેં બારીમાંથી નીચે ફેંકી દીધી. મેં જવાબ આપ્યો:

'માફ કરજો કાકા. મારે એવી ઝાંસીની રાણી સાથે નથી પરણવું. આ દુનિયામાં એને લાયક કોઈ ધણી પાક્યો નથી, કોની માએ સવાશેર સૂંઠ ખાધી છે કે એની સાથે લગ્ન કરે. આપણને એ બે ચોટલાવાળી ન ફાવે.'

કાકા બોલ્યા, 'પણ તું એના બાપને મળ તો ખરો; ભારે ગુલાબી માણસ છે. તેં નથી છોકરી જોઈ કે નથી એના બાપને જોયા. પહેલેથી ગભરાઈ શું મરે છે?'

હું મૂંગો બેસી રહ્યો. કાકાએ આગળ ચલાવ્યું, 'છોકરીનો બાપ મારો મિત્ર થાય. એનો એબિસિનિયામાં મોટો વેપાર છે. હમણાં જ અમદાવાદમાં આવ્યા છે. અને છોકરીએ બધો અભ્યાસ છાત્રાલયમાં રહીને કર્યો છે.'

આટલો ખુલાસો સાંભળ્યા પછી જરા ઠંડક વળી; અરે, હું તો કોઈ બીજા જ વલ્લભભાઈ ધારી બેઠો હતો. આખરે મેં કાકા સાથે સાંજની ટ્રેનમાં અમદાવાદ જવાનું નક્કી કર્યું. આમ વાત ચાલતી હતી ત્યાં પાછળથી મારો ઘાટી કોઈની સાથે લડતો હોય એવો અવાજ આવ્યો. બારીમાંથી જોયું તો સંન્યાસી જેવા એક માણસને મારતો હતો. સંન્યાસી અમે ફેંકી દીધેલી કેળાની છાલ ખાતો હતો અને ઘાટી જેમ જેમ એને મારતો હતો તેમ તેમ પેલો માણસ વધુ હસતો હતો. એનું હાસ્ય જોઈને ઘાટી વધુ ચિડાતો હતો, હું અને કાકા આ વિચિત્ર દેખાવ જોઈ રહ્યા. મેં કહ્યું:

'કાકા, કોઈ પાગલ લાગે છે. માર પડે છે તેમ તેમ હસે છે.'

'બંનેને ઉપર બોલાવ,' કાકાએ કહ્યું.

મેં ઘાટીને બૂમ પાડી અને પેલા માણસને પણ ઉપર લાવવાનું કહ્યું. બંને ઉપર આવ્યા એટલે મેં ઘાટીને પૂછ્યું:

'તું શા માટે એને મારતો હતો?'

'સાહેબ, આપે ફેંકી દીધેલી કેળાની છાલ ખાતો હતો એટલે.'

'પણ ભલા માણસ, એમાં મારવાની શી જરૂર છે?'

'સાહેબ, તમે કહ્યું કે આપણા ઘરની આસપાસ કોઈ ભિખારીને ન આવવા દેવો, એટલે હું તેને કાઢી મૂકવા માટે મારતો હતો પણ તે હસવા લાગ્યો.'

મેં પેલા સંન્યાસી જેવા લાગતા માણસને પૂછ્યું, 'તું કેમ હસતો હતો?'

તેણે જવાબ આપ્યો, 'મને ખૂબ ભૂખ લાગી હતી એટલે શાંતિ કરવા માટે હું બારીમાંથી પડેલી કેળાની છાલ ખાતો હતો. આ જોઈને તમારો નોકર મને મારવા લાગ્યો.'

'એ તો મેં જોયું પણ તું હસતો હતો શા માટે?'

'મને હસવું એટલા માટે આવ્યું કે હું કેળાની છાલ ખાઉં છું ત્યારે આટલો માર પડે છે તો પછી આ કેળાની અંદરનો ગર્ભ જે માણસ ખાતો હશે એને કેટલો માર આ ઘાટી મારતો હશે?'

આવું વિચિત્ર ગણિત જોઈને હું તો સડક જ થઈ ગયો. કાકા પણ વિચારમાં

પડી ગયા. બંનેને રવાના કર્યા પછી કાકાએ કહ્યું:

'બેટા, માન કે ન માન પણ આવેલો ભિખારી કોઈ ઉચ્ચ આત્મા હોવો જોઈએ. ચાલો, શુકન તો સારાં થયાં છે. આપણે સાંજે ભગવાનનું નામ લઈને નીકળી પડીએ.'

કાકા ગયા અને હું પેલા સંન્યાસીના શબ્દો ઉપર વિચાર કરવા લાગ્યો. સાંજે પ્લૅટફૉર્મ ઉપર હું અને કાકા મળ્યા. સેકન્ડ ક્લાસની જગ્યા રિઝર્વ્ડ કરાવી હતી. પણ ગિર્દીનો પાર ન હતો. હોવાં જોઈએ એનાં કરતાં પણ વધુ માણસો એમાં બેઠાં હતાં અને ક્યારે મારામારી થઈ જશે એ કહેવાય એમ ન હતું.

રેલવેનો આંધળો કારભાર અને પ્રજા પાસે વધી પડેલો પૈસો, આ બંને પ્રશ્નો ઉપર ગંભીર ચર્ચા કરતાં કરતાં વડોદરા આવ્યું અને એક જુવાન ચડ્યો. ગિર્દીથી કંટાળી ગયેલા કાકાએ કહ્યું:

'મિસ્ટર, અહીં જગ્યા નથી. બીજે જાઓ.'

કાકાની સાથે બીજા માણસો પણ એમ જ બોલવા લાગ્યા. પેલાએ કાકાને જવાબ આપ્યો: 'ગાડી તમારા બાપની નથી સમજ્યા?'

આવા પ્રસંગોમાં બાપ સુધી વાતને પહોંચતાં વાર નથી લાગતી! આવી નાની બાબતમાં બાપ સુધી આવી ગયા એ સાંભળીને કાકા ઉશ્કેરાઈ ગયા અને કહ્યું:

'તું મારા બાપને સંભળાવે છે? જોતો નથી કે હું તારા બાપ જેવો છું? તું કોને જવાબ આપે છે તે જાણે છે? જવાહર અને ઝીણાનો હું દોસ્ત છું સમજ્યો?'

'એની મને પરવા નથી. આ ચાલતી ગાડીમાં રાજકારણ ન શોભે. ટ્રેનમાં તો જવાહર કે ઝીણા બધુંય સરખું.'

આટલું કહીને પેલા યુવાને અંદર આવવાનો પ્રયત્ન કર્યો અને મને ખાતરી થઈ ગઈ કે હવે જામી પડશે. થયું પણ તેમ જ, જેવો પેલો અંદર આવ્યો કે કાકાએ એને ધક્કો માર્યો અને બૂમ પાડતાં કહ્યું:

'નીકળ બહાર, હજી ઊગીને ઊભો થાય છે ત્યાં મારા જેવા મુરબ્બીઓ સાથે તું રાજકારણની વાત કરે છે!'

ડબ્બામાં હોહા મચી રહી; પેલો જુવાન ગુસ્સે થઈ ગયેલો, એ ઊભો થયો અને કાકાને જોસથી ધક્કો માર્યો. કાકા એને તમાચો મારવા જાય છે ત્યાં તો પેલાએ કાકાનો જમણો ગાલ તમાચો મારીને લાલચોળ બનાવી દીધો. અત્યાર સુધી હું મારી જગ્યાએ બેઠો હતો. કાકા મારા ઉપર ગુસ્સે થતાં બોલ્યા:

'બેઠો છે શું? તેં હાથમાં ચૂડિયો પહેરી છે? આવતી કાલે ઘરમાં વહુ આવવાની છે. બાયલાની જેમ તમાશો શું જોયા કરે છે!'

અને વાત પણ સાચી હતી. હું આ બધો ખેલ જોયા કરતો હતો પણ કાકાને તમાચો પડ્યો અને મારું લોહી ગરમ થઈ ગયું. એક પણ શબ્દ બોલ્યા વિના હું ઊઠ્યો, પેલાને ગળેથી પકડ્યો, ડબ્બા સાથે એનું માથું ભટકાવ્યું અને ખૂબ માર્યો, બેઠેલા માણસો વચ્ચે પડ્યા. કોઈએ કહ્યું:

'શા માટે બિચારાને મારો છો? ભલે બેઠો, આ તો પંખીનો મેળો છે.'

આવી ઘણી દલીલો થઈ અને થોડી વારમાં વાતાવરણ શાંત થઈ ગયું. પેલો જુવાન એક ખૂણે બેઠો. ટ્રેન ઊપડી; કાકા તો લાંબા પગ કરીને સૂઈ ગયા અને પેલો યુવાન મારી સામે ક્રોધભરી દૃષ્ટિથી જોયા જ કરતો હતો. હવે મને અંદરખાનેથી બીક લાગવા માંડી. માથે કંઈ પહેર્યું ન હતું, એટલે જાતે કેવો છે તે ખબર પડતી ન હતી. દેશના વાતાવરણમાં ચારે બાજુ કોમી રમખાણની આગ ફેલાઈ ચૂકી હતી અને પોશાક ગમે એવો પહેર્યો હોય છતાં પણ દરેકને દગાની બીક દર પળે લાગતી હતી. મને થયું કે જો ઝોલું ખાઈ જઈશ તો તે મને જરૂર ખંજર મારી બેસશે.

ગમે તેમ પણ આખરે અમદાવાદ આવ્યું અને અમે એક હોટેલમાં ઊતર્યા. ૧૧ વાગ્યે કન્યા જોવા જવાનું હતું એટલે કાકાની સૂચના પ્રમાણે મેં હજામત કરી, સ્નાન કર્યું અને કપડાં પહેરીને તૈયાર થઈ ગયો. વિવાહ એ વ્યાવહારિક કાર્ય છે. એમ ગણીને મેં લાંબો કોટ અને ધોતિયું પહેર્યું હતું. આ જોઈને કાકા બોલી ઊઠ્યા:

'તમે લોકો ભણ્યા પણ ગણ્યા નહીં. લાંબો કોટ શા માટે પહેર્યો?'

'કેમ, આ વ્યવહારનું કામ છે એટલે.'

'તું પણ અક્કલનો ઇજારદાર છો! આજકાલની છોકરીઓને લાંબા કોટવાળા મુરતિયા પસંદ નથી પડ્યા એ શું મારે તને કહેવું પડે? ઊઠ કોટ-પાટલૂન પહેરી લે.'

કાકાની વાત મને સાચી લાગી અને તેમને નવા જમાનાના રંગ ઓળખતાં આવડે છે તે માટે મને એમની પ્રત્યે માન ઉત્પન્ન થયું. મેં કપડાં બદલ્યાં અને કાકો-ભત્રીજો બહાર નીકળી પડ્યા.

એક મોટા બંગલામાં દાખલ થયા કે કોઈ સદ્‌ગૃહસ્થ અમારું સ્વાગત કરવા બહાર નીકળી આવ્યા. તેમણે કહ્યું:

'આવો, આવો કરસનદાસ...'

કાકાએ મારી ઓળખાણ કરાવી. મેં વલ્લભભાઈને નમસ્તે કર્યા અને અમે સૌ અંદર ગયા. કાકા તો એમનાં જૂનાં સંસ્મરણો કહેવામાં મશગૂલ બની ગયા પણ વલ્લભભાઈ તો મારી સાથે વાતો કરવા માટે ઘણા આતુર હતા. થોડી

વારમાં કન્યા આવી એટલે વલ્લભભાઈએ મારી ઓળખાણ એની સાથે કરાવી. શરૂઆતમાં બને છે તેમ અમે બંને એકબીજાને નમસ્તે કર્યા અને ગંભીર બનીને સામસામાં બેઠાં, હવે શું બોલવું એ જ મોટો પ્રશ્ન થઈ પડ્યો પણ છોકરી ભારે ચાલાક હતી. તેણે મને જાતજાતના પ્રશ્નો પૂછવા શરૂ કર્યા અને મેં બધાના રમૂજી જવાબ આપ્યા.

કહેવાની જરૂર નથી કે છોકરી મને ખૂબ ગમી ગઈ પણ હું એને ગમ્યો છું કે નહીં એ પ્રશ્ન મને મૂંઝવવા લાગ્યો. મેં તો મનમાં જ નક્કી કરી નાખ્યું કે આ છોકરી સિવાય દુનિયાની બધી છોકરીઓ મા-બહેન સમાન છે. વાતચીત ચાલતી હતી ત્યાં વલ્લભભાઈએ બૂમ પાડી:

'શાંતિ! ઓ શાંતિ! અંદરથી જરા ચા મોકલ તો.'

'લાવું બાપુજી.' અંદરથી કોઈ પુરુષનો અવાજ આવ્યો. ચા આવી અને એની સાથે આવેલા માણસને જોઈને મારું મગજ બરફ થઈ ગયું. કાકાની આંખો ફાટી રહી અને પેલો જુવાન મને તથા કાકાને જોઈ રહ્યો! જેને અમે રાત્રે માર્યો હતો તે જ આ યુવાન હતો. પેલી છોકરીએ મને એની ઓળખાણ આપતાં કહ્યું:

'આ છે મારા ભાઈ; આજે જ વડોદરાથી આવ્યા.'

હું એની ક્ષમા માગતો હોઉં એવી રીતે મેં એને નમસ્તે કર્યા અને મનમાં ભગવાનને પ્રાર્થના કરી કે 'ઓ ભગવાન! હવે બાજી તારા હાથમાં છે.' છોકરીના પિતા બોલ્યા:

'ટ્રેનમાં ભારે ભીડ હતી. નકામી મારામારી કરી બેઠો. કોઈએ માથામાં એવું સખત માર્યું છે કે ન પૂછો વાત.'

શાંતિ સામે હું જોઈ શકું એવી શાંતિ મારા મગજમાં ન હતી.

છોકરી બોલી ઊઠી, 'એ તો કજિયો કરે તો માર પણ ખાવો પડે. બાપુજી, શાંતિભાઈએ પણ એક જણને બરાબરનો તમાચો લગાવી દીધો છે. મારામારી એ તો બહાદુરીની રમત છે.'

હું કાકાના જમણા ગાલને જોઈ રહ્યો. શાંતિ તો એક પણ શબ્દ બોલ્યા વિના ઊઠીને ચાલતો થયો અને મારી અશાંતિનો પાર ન રહ્યો. હવે છોકરી સાથે શું વાતો કરવી? મારું મન મૂંઝાવા લાગ્યું અને કાકાની પણ માનસિક સ્થિતિ લગભગ મારા જેવી જ હતી. ચા પૂરી કરી કે તરત જ અમે લોકો ઊઠ્યા. જતી વખતે કન્યાના બાપે બીજે દિવસે અમને આવવાનું આમંત્રણ આપ્યું અને એમને ઘેર જ રહેવાનો આગ્રહ કર્યો. છોકરી દરવાજા સુધી અમને વળાવવા આવી; તેણે મને કહ્યું:

'આવતી કાલે આપણે "પહેલી નજર" જોવા જઈશું. કહે છે કે સારું ચિત્ર છે.'

'હશે.' એટલું કહીને મેં છોકરી તરફ છેલ્લી નજર ફેંકી અને વિદાય વેળાએ મારા હૃદયમાં દુઃખ ઊભરાયું. છોકરીને સત્ય હકીકત જણાવી દેવાનું મન થયું પણ મારી જીભ ન ઊપડી. અમે વલ્લભભાઈનો બંગલો છોડ્યો અને સાથે સાથે મારું હૃદય પણ મને છોડીને ત્યાં જ રહી ગયું.

થોડું આગળ ચાલ્યા કે કાકા બોલ્યા, 'બફાઈ ગયું.'

'હા, બફાઈ ગયું. હવે શું થશે કાકા?'

કાકાએ કંટાળીને જવાબ આપ્યો, 'હવે શું થાય! દૂધ બગડી ગયું. તું તો બસ એને મારવા ઊભો થયો. આટલું બધું મરાય? મૂર્ખો નહીં તો.'

બની ગયેલી વાત ઉપર દલીલબાજી કરવી મને યોગ્ય ન લાગી. મેં કાકાને કહ્યું:

'કાકા છોકરી મને ગમી ગઈ છે. તમારી શું સલાહ છે?'

'મારી સલાહ એ છે કે હવે આપણે હોટેલમાં જઈને ટાઢે પાણીએ નાહી નાખીએ.'

અને આ સલાહ સાંભળીને જ મારું શરીર વગર પાણીએ ટાઢું પડી ગયું. હું કંઈ બોલ્યો નહીં પણ મારું મગજ છોકરીને કેમ મળવું એની તાત્કાલિક યોજનાઓ ઘડવા લાગ્યું. હોટેલમાં આવ્યા પછી કાકાએ કહ્યું:

'મારું પણ નાક કપાઈ ગયું. વલ્લભભાઈ મારે માટે શું ધારી બેસશે!'

'કાકા તમારું નાક કપાઈ ગયું પણ મારું તો જીવન કપાઈ ગયું હોય એમ લાગે છે.'

'તું પહેલે જ પરિચયે પ્રેમમાં પડી ગયો લાગે છે!'

'પ્રેમમાં તો નહીં પણ એવું જ કંઈક થઈ ગયું છે. મને શું થાય છે એ હું તમને શબ્દોમાં સમજાવી શકું એમ નથી.'

કાકા મારી સામે જોઈ રહ્યા અને પછી કહ્યું, 'આ જ તમારા લોકોનું દુઃખ છે ક્યારે પ્રેમમાં પડી જાઓ છો અને ક્યારે એમાંથી બહાર નીકળી જાઓ છો. એની તમને જરા પણ ખબર પડતી નથી. હવે આપણે બે દિવસ એમની રાહ જોઈએ.

એ લોકોને આપણી સાથે સંબંધ બાંધવો હશે તો જરૂર આપણને બોલાવશે. ઉતાવળ કરવાની જરૂર નથી. આવી બાબતમાં વરપક્ષના માણસો ઉતાવળ કરે તે ખરાબ કહેવાય. છોકરાની કિંમત ઘટી જાય.'

'પણ મારી કિંમત જ ક્યાં હતી કે ઘટવાનો સવાલ તમને મૂંઝવી રહ્યો છે.'

'એ તું ન સમજે. છોકરો વટાવ્યો નથી ત્યાં સુધી એની કિંમત રહેવાની જ છે.'

વેવિશાળના બજારમાં ભાવની ઊથલપાથલ કેવી રીતે થાય છે એ હું જાણતો ન હતો અને તેથી મેં આ બાબતમાં મૌન ધારણ કર્યું.

બે દિવસ તો મેં મહામહેનતે પસાર કર્યા અને આ સમય દરમિયાન મને દુનિયાના મજનૂઓ પ્રત્યે સહાનુભૂતિ ઊપજી. પહેલાં હું પ્રેમમાં પડેલા માણસોને હસી કાઢતો હતો, પણ હવે મને સત્ય સમજાયું કે જ્યાં સુધી ઘા નથી પડતા ત્યાં સુધી સામા માણસના જખમની વેદનાનો આપણને ખ્યાલ નથી આવતો. હું જીવનમાં ઘણી છોકરીઓના સંપર્કમાં આવ્યો હતો પણ કોઈને જોઈને આવું થયું ન હતું. શુદ્ધ કાઠિયાવાડી ભાષામાં કહું તો આ છોકરીના પરિચયમાં આવ્યા પછી મારા ડાંડિયા ગુલ થઈ ગયા હતા!

મિનિટો કલાક બની ગઈ. કલાકો દિવસો જેવા લાગ્યા અને આ બે દિવસો મને બે વર્ષ જેટલા લાંબા લાગ્યા. ત્રીજે દિવસે કાકાએ નિરાશ થતાં કહ્યું:

'જો એ લોકોને કન્યા આપવી હોત તો જરૂર આપણને બોલાવવા આવત પણ મને લાગે છે કે મામલો બગડી ગયો છે. તારા ઘાટીએ પેલા ભિખારીને માર્યો એનું આ પરિણામ છે.'

વાત ચાલે છે ત્યાં વલ્લભભાઈ હોટેલમાં આવી ચડ્યા અને મને જોઈને તેમણે મોઢું ચડાવ્યું. કેમ જાણે હું કોઈ મહાન ગુનેગાર હોઉં એવી એમની દૃષ્ટિ હતી. તે કાકાને બાજુના ઓરડામાં લઈ ગયા. થોડી વાતચીત કરીને એ ચાલ્યા ગયા. કાકા પણ ગંભીર મુખ લઈને મારી પાસે આવ્યા અને કહ્યું:

'ટ્રેનમાં કરેલી તારી બહાદુરીએ દાટ વાળી નાખ્યો. આજે સાંજે આપણે મુંબઈ જવું જોઈએ.'

'હું કંઈ બોલી ન શક્યો, બોલી શકાય એવી મારી સ્થિતિ ન હતી. કાકાએ કહ્યું:

'છોકરી તારા ઉપર ગુસ્સે થઈ ગઈ છે. તું મુંબઈનો એક ગુંડો છો એવી એના ઉપર છાપ પડી છે.'

મેં કહ્યું: 'કાકા, મારે એની માફી માગી લેવી હતી પણ હું કંઈ બોલી ન શક્યો.'

'તો હવે માફી માગી લેજે. આજે બાર વાગ્યે આપણે વલ્લભભાઈને ત્યાં જમવા જવાનું છે. ગમે તેમ પણ જૂના દોસ્ત સંબંધ બગાડે એવા નથી. તારે પણ મારી સાથે આવવાનું છે. એટલું યાદ રાખજે કે હવે આપણે તારા સગપણ માટે નથી જતા, પણ તું મારી સાથે મારા એક દોસ્તને ત્યાં જમવા આવે છે.'

મેં આવી રીતે કાકાની સાથે જમવા જવાની ના પાડી એટલે કાકાએ કહ્યું:

'એમાં આપણી શોભા છે. વખત છે ને બાજી સુધરી પણ જાય. તક મળે તો છોકરી સાથે ખુલ્લે દિલે વાત કરજે અને જો તારી ખરાબ છાપ ભૂંસાઈ જાય તો તારું કામ પણ થઈ જાય. વલ્લભભાઈએ તો છોકરી ઉપર જ બધું છોડ્યું છે. છોકરીને પસંદ તે એને પસંદ. બોલ, મારી સાથે આવીશ?'

'હા, આવીશ.'

'હું જવા કબૂલ થયો. બાર વાગ્યે અમે વલ્લભભાઈને ત્યાં પહોંચ્યા. હું ખૂબ ગંભીર હતો. વલ્લભભાઈએ સ્મિત સાથે કાકાને આવકાર આપ્યો. પણ તેણે મારી સામે જોયું જ નહીં. મને ખૂબ દુઃખ થયું; દરેક ઓરડાના ઉંબર પાસે સુંદર રંગોળી પૂરી હતી. આસોપાલવનાં તોરણ બાંધ્યાં હતાં. અને રેડિયો પુરબહારમાં વાગી રહ્યો હતો; ચારે બાજુ વસંતનું વાતાવરણ હતું પણ મારા હૃદયમાં તો પાનખર જેવી સ્થિતિ હતી. મને દીવાનખાનામાં એકલો છોડીને કાકા તથા વલ્લભભાઈ બીજા ઓરડામાં ચાલ્યા. મને થયું કે આવા અપમાનભર્યા વાતાવરણમાં હું ક્યાં આવી પડ્યો! પણ છોકરીને મળવાની તાલાવેલી મને અહીં ખેંચી લાવી હતી. મનની માની લીધેલી પ્રિયતમાને જોવા હું અપમાનની પણ તમા કર્યા વગર અહીં આવ્યો હતો.

બાજુમાં પડેલી અગરબત્તીમાંથી મારા વિચારો ધૂપના આકાર જેવા નીકળતા હતા. ઝાંઝરનો મધુર અવાજ સંભળાયો અને બારીક વસ્ત્રોમાં સજ્જ થયેલી મેં છોકરીને જોઈ. તે નીચું માથું રાખીને ઉંબર પાસે અટકી ગઈ. આકાશની કિનારી પાસે ઉષા થંભી ગઈ એમ મને લાગ્યું. એને જોતાં જ મારા આખા શરીરમાંથી એક ધ્રુજારી પસાર થઈ ગઈ. હું ઊભો થયો, તે પાસે આવી પણ એના ચહેરા ઉપર પહેલે દિવસે જે ચંચળતા હતી એ અદશ્ય થઈ ગઈ હતી.

ન હું બોલી શક્યો કે ન તે બોલી શકી. આખરે મેં કહ્યું, 'જતાં પહેલાં હું તમારી માફી...'

તેણે મને બોલતો અટકાવ્યો અને કહ્યું, 'મને બધી વાતની ખબર પડી છે. માફી તો હું માગું છું કે મારા ભાઈએ તમારા કાકા ઉપર હાથ ઉપાડ્યો.'

વાતાવરણમાં કંઈક કાવતરું લાગ્યું. હું સમજી ન શક્યો. છોકરી ફરી બોલી:

'મારા બાપુજીને બહાદુર માણસો બહુ ગમે છે અને તેમણે તમારી બહાદુરીની કદર કરી છે.'

'કદર કરી છે!' માથું ખંજવાળતાં મેં કહ્યું.

'હા, કેમ તમારા કાકાએ તમને શુભ સમાચાર નથી આપ્યા?'

અને આ શબ્દો સાંભળીને મારે રૂંવાડે રૂંવાડે આનંદના ફુવારા ઊડી રહ્યા. કાકાએ તથા વલ્લભભાઈએ ગોઠવેલું આખું કારસ્તાન એક જ પળમાં ઉઘાડું

પડી ગયું. મેં ઉત્સાહના આવેશમાં છોકરીનો હાથ પકડી લીધો. શરમ અનુભવતાં છોકરી બોલી:

'તમે પણ ભારે ઉતાવળા લાગો છો. હજી હાથ પકડવાને વાર છે.'

છોકરી દૂર ખસી ગઈ અને જવા લાગી. મેં એને જરા ઊભા રહેવાનું કહ્યું તો તેણે જવાબ આપ્યો:

'મને બીક લાગે છે.'

'બીક શા માટે?'

'ટ્રેનમાં મારા ભાઈને માર્યો તેમ તમે મને મારી બેસો તો!'

છોકરી ચાલી ગઈ કે તરત જ શાંતિ દાખલ થયો અને મને કહ્યું,

'હું તમને અભિનંદન આપું છું. ચાલો જમવાનું તૈયાર થઈ ગયું છે.'

શાંતિના આ પ્રેમાળ શબ્દો સાંભળીને મારી આંખમાં હર્ષનાં આંસુ આવી ગયાં. હું કંઈ બોલું એ પહેલાં તો કાકાએ તથા વલ્લભભાઈએ હસતાં હસતાં પ્રવેશ કર્યો. કાકાએ પણ મને અભિનંદન આપ્યાં અને વલ્લભભાઈએ મને પૂછ્યું:

'કેમ આનંદમાં છો ને? ચાલો જમવા, આજે બધી રસોઈ લતાએ જ બનાવી છે.'

પછી તો ત્રણ દિવસ અમે વલ્લભભાઈને ઘેર રોકાયા. ચોથે દિવસે સગપણ જાહેર કરવામાં આવ્યું. તે જ દિવસે સાંજે અમે મુંબઈ આવવા માટે નીકળ્યા. આખું કુટુંબ અમને સ્ટેશને વળાવવા આવ્યું હતું. શાંતિ તો મારો દોસ્ત બની ગયો હતો. હું તો લતા સાથે જ વાતો કરવામાં ગૂંથાઈ ગયો હતો, સ્વાભાવિક છે! ટ્રેન ઊપડવાની તૈયારી થઈ એટલે લતાએ મને કહ્યું:

'સંભાળીને જજો. હવે કોઈ જુવાનને મારી બેસશો તો લતા નહીં મળે સમજ્યા?'

કાકાએ વલ્લભભાઈને કહ્યું, 'અમે થોડા વખતમાં જ ચૂંદડી ઓઢાડવા આવીશું.'

ટ્રેન ઊપડી; જોઈ શકાય ત્યાં સુધી હું લતાને જોઈ રહ્યો અને પછી મેં કાકાને કહ્યું, 'કાકા, આપણે ત્યાં ચૂંદડી ઓઢાડવાનો રિવાજ છે એને બદલે સારું રેશમી ગોદડું વહુને ઓઢાડ્યું હોત તો?'

'હવે મૂંગો મર. ઘેર વહુ આવે એટલે ગોદડું ઓઢાડજે.'

બીજે દિવસે હું મારે ઘેર આવ્યો કે પાડોશીએ મને દરવાજામાં જ ખરાબ સમાચાર આપ્યા. તેણે કહ્યું:

'તમારી ગેરહાજરીમાં તમારો જૂનો ઘાટી ઘરમાં જે કંઈ હતું તે બધું લઈને નાસી ગયો છે. અમે લોકોએ પોલીસમાં ખબર આપી દીધી છે.'

ઓરડીમાં દાખલ થયો અને જોયું તો બધું સફાચટ થઈ ગયું હતું. પેલા સંન્યાસીના શબ્દો મને યાદ આવ્યા,

'હું કેળાની છાલ ખાઉં છું ત્યારે આટલો માર ખાવો પડે છે તો પછી કેળાની અંદરનો ગર્ભ જે માણસ ખાતો હશે એને કેટલો માર આ ઘાટી મારતો હશે!'

ખરેખર કુદરતની પાસે સજા કરવાના અને બક્ષિસ આપવાના અનેક રસ્તા છે. એકને માર પડ્યો તો ઘરની ચીજવસ્તુઓ ગુમાવી અને બીજાને માર્યો તો લતા મળી!

*   *   *

૮ સોંઘી સલામ

આ વખતે તો આપણે નક્કી જ કરેલું કે બેસતું વર્ષ કોઈ પણ જાતના ભપકા વિના ઊજવવું છે, કારણ કે દેશની પરિસ્થિતિ ઘણી ખરાબ છે; સારાયે દેશમાં દિવાળીને બદલે હોળી સળગી રહી છે અને ચારે બાજુથી રોજ ખરાબ સમાચારો આવતા રહે છે. મારા મિત્રોને પણ આ વાત પસંદ પડી અને અમે લોકોએ જાહેર કરી દીધું કે કોઈ પણ જાતનો વધારે પડતો આનંદ આ વખતે પ્રગટ કરવામાં નહીં આવે. મેં તો મનમાંથી નવા વર્ષની વાત જ કાઢી નાખી. દર વર્ષે આઠ દિવસ પહેલાં હું ધોબીને કપડાં આપી દેતો કે જેથી બેસતા વર્ષને દિવસે કામ લાગે. પણ આ વખતે તો મને તે યાદ જ ન આવ્યું. આમ નવા વર્ષના આગમનની વાત મારા મનમાંથી ભૂંસાઈ ગઈ.

એક દિવસ રોજના નિયમ પ્રમાણે ઑફિસમાં પગ મૂક્યો કે તરત જ બહાર ઊભેલા દરવાને ખૂબ જ ઠસ્સાથી મને સલામ કરી; હું રોજ આવું છું ત્યારે એ મને સલામ નથી ભરતો પણ આજે જાણે કોઈ મોટા લશ્કરી અમલદારને સલામ કરતો હોય એવી રીતે તેણે મને સલામ કરી અને મને ખૂબ નવાઈ લાગી પહેલાં તો મને એમ જ લાગ્યું કે મારી આસપાસના કોઈ માણસને સલામ કરતો હશે, પણ એમ ન હતું. એની લશ્કરી સલામ ઝીલવા માટે હું એકલો જ હતો. કોઈ આપણને સલામ કરે, નમસ્તે કરે, ત્યારે આપણું મહત્ત્વ બે પળ માટે વધી જાય છે એમ આ અનુભવ ઉપરથી મને લાગ્યું. મેં પણ એને સલામ કરી.

ઑફિસમાં દાખલ થયો કે મારો આળસુમાં આળસુ પટાવાળો ટટ્ટાર ઊભો થઈ ગયો અને મને સલામ કરી. મને થયું કે આ માણસે કંઈ ટૉનિક લીધું હશે, કારણ કે આજકાલ તો રસ્તે ચાલતા ભિક્ષુકો પણ તાકાતની જાતજાતની

દવાઓનાં નામ જાણતા હોય છે. ટેબલ ઉપર બેઠો કે બીજો નોકર વગર માગ્યે પાણીનો ગ્લાસ મૂકી ગયો અને સલામ કરીને ચાલતો થયો. મારા જેવા મામૂલી માણસને આ દુનિયામાં કોઈ સલામ ન કરે અને આજે એક પછી એક સલામ મળે એ જાણીને મારું મન મૂંઝાવા લાગ્યું. મને થયું કે કાં તો મારા ચહેરા ઉપર એક જાતનું અદ્‌ભુત તેજ ખીલી ઊઠ્યું હોવું જોઈએ કે જેથી આ લોકો મને જોઈને અંજાઈ જાય છે અને તરત જ સલામ કરી બેસે છે.

બાજુના ટેબલ પર કામ કરતા કૃપાશંકરને મેં પૂછ્યું, 'મારો કંઈ પગાર તો નથી વધી ગયો ને?'

'ના, તું પગાર વધવાની વાત કરે છે? શરમ નથી આવતી? આ વર્ષે તો શેઠ કોઈ પણ જાતનું બોનસ પણ નથી આપવાના.'

'કેમ?'

'યાર, ગઈ પૂના સિઝનમાં શેઠસાહેબે એના ઘોડા ઉપર બે કે ત્રણ લાખ રૂપિયા ગુમાવી દીધા.'

મેં કહ્યું, 'ત્યારે શું આપણે ગધેડા છીએ? આપણી પાછળ થોડા પૈસા ખરચતાં એમને તાવ આવે છે?'

'જો ભાઈ, શેઠિયાની જાત જ એવી છે. આડેઅવળે માર્ગે નુકસાન કરી આવે અને કાપ પડે આપણા ખિસ્સા ઉપર. બોનસ માગવું પણ કેવી રીતે?'

'મને થયું કે રેસની સિઝન ખરી રીતે દિવાળી પછી જ રાખવી જોઈએ. બંને પક્ષને ફાયદોઃ નોકર પણ રમી શકે અને શેઠ પણ ખેલી શકે.' મેં કહ્યુંઃ

'તો પછી દોસ્ત, આજે બધા મને બહુ જ માનપૂર્વક સલામ ભરે છે એનું શું કારણ? તને મારા ચહેરા ઉપર કોઈ જાતનું દિવ્ય તેજ દેખાય છે? હમણાં હમણાં ગાયત્રીનો જાપ કરું છું અને તેથી કદાચ ફૂટી નીકળ્યું હોય!'

કૃપાશંકર મારા ચહેરા ઉપર તેજ શોધવા લાગ્યો અને પછી કહ્યુંઃ

'તારો ચહેરો હતો એના કરતાં પણ આજકાલ વધુ કાળો લાગે છે.'

'કપાળ તારું; તને જીવનમાં ઊજળી વાત દેખાતી જ નથી. મને લાગે છે કે તારાં ચશ્માંનો નંબર જરા વધી ગયો હોવો જોઈએ.'

કૃપાશંકરને પડતો મૂકીને મેં મારું કામ શરૂ કર્યું પણ જેવું થોડું લખું છું કે તરત જ ત્રીજો પટાવાળો ટેબલ ઉપર પાન મૂકી ગયો અને સલામ કરતોક ચાલ્યો ગયો. પાન ખાવાની મને ટેવ છે પણ ત્રણ વખત બૂમ પાડું ત્યારે એક વાર પટાવાળો હાજર થાય અને આજે વગર હુકમે પાન આવ્યું. હવે મને લાગવા માંડ્યું કે મારા ચહેરા ઉપર પ્રકાશ પથરાયો છે. ચિત્રમાં જેમ સંત પુરુષોની

આસપાસ તેજનું વર્તુળ બનાવવામાં આવે છે તેમ મારી આસપાસ આવું વર્તુળ હોવું જોઈએ એમ લાગ્યું.

અરીસામાં ચહેરો જોવાનો નિશ્ચય કર્યો, પણ ઑફિસમાં ક્યાંય અરીસો ન તો. અમારી ઑફિસમાં ટાઇપિસ્ટ તરીકે એક ઍંગ્લો ઇન્ડિયન છોકરી હતી તે નાનો એવો અરીસો એની પર્સમાં રાખતી પણ આજે સોમવાર હોવાથી તે વખતસર આવી ન હતી. શેઠ પણ દર સોમવારે બપોર પછી જ આવતા, આમ દર સોમવારે ઑફિસમાં બે માણસો મોડા આવતા!

ઑફિસની બાજુમાં એક રેસ્ટોરાં છે ત્યાં હું અરીસામાં મારું મુખ જોવા માટે ગયો. દાખલ થયો કે હોટેલના છોકરાએ મને સલામ ભરી. હવે તો મને ખાતરી થઈ ગઈ કે કંઈ ક્રાંતિ થઈ છે. અરીસા સામે હું રુઆબથી ઊભો રહ્યો; ઝીણવટથી મારા મુખને તપાસતો હતો ત્યાં મેં અરીસામાં બીજાનું મુખ નિહાળ્યું. ભારે રૂપાળું! સામેના મકાનમાં વરંડામાં એક છોકરી ઊભી હતી અને મને તે અરીસામાં નિહાળી રહી હતી. એ જોઈને મને ખાતરી થઈ કે ચહેરા ઉપર તેજ આવી ગયું છે. પછી ભલે તે મને ન દેખાય.

પછી તો ચા પીતી વખતે વારંવાર મારું ધ્યાન પેલા મકાન તરફ ખેંચાઈ જતું હતું. છોકરી ત્યાં જ ઊભી હતી. હોટેલમાં મળતી પાઉડરની ચા મને ભાવતી ન હતી. તે આજે મને વધુ સારી લાગી. હવે તો હું એકીટશે છોકરીના મુખના સૌંદર્યનું પાન કરવા લાગ્યો. ચા ક્યારે ખલાસ થઈ ગઈ એને ખ્યાલ પણ ન રહ્યો. મારું મન કલ્પનાના રેશમી દોર સાથે પતંગ બનીને ડોલવા લાગ્યું.

આમ થોડો વખત ચાલ્યું. અને છોકરી અંદર ચાલી ગઈ. મને આ ન ગમ્યું. છોકરીની જગ્યાએ કોઈ છોકરો આવ્યો અને તે મને જોવા લાગ્યો. આમાં કંઈ આપણને રસ ન પડ્યો, એટલે હું તો ઊઠીને ચાલતો થયો.

જેવો હું ઑફિસ પાસે આવું છું ત્યાં પેલો જુવાન મારી પાસે આવ્યો. એની આંખમાં આગ સળગતી હતી; તેણે ખાદીનાં કપડાં પહેર્યાં હતાં અને હાથમાં એક સ્લેટ હતી; તેણે મને તે સ્લેટ ગુસ્સામાં આપી અને બીજી બાજુ ઇશારાથી વાંચવાનું કહ્યું. એમાં લખ્યું હતું કે:

'હરામખોર નંબર વન! તું રોજ હોટેલમાં આ વખતે આવે છે અને મારી બહેન સામે હસ્યા કરે છે. તને શરમ નથી આવતી?

આ વાંચીને હું તો ગભરાયો અને કલ્પી લીધેલું મારા મુખની આસપાસનું પેલા તેજનું કૂંડાળું અદૃશ્ય થઈ ગયું હોય એમ મને લાગ્યું. મેં માની લીધું આ માણસ જરૂર બહેરો હોવો જોઈએ. જોઈ રહ્યો પણ ત્યાં તો તેણે મારા હાથમાંથી

સ્લેટ ખૂંચવી લીધી અને એમાં લખ્યું કે:

'હું કંઈ બહેરો નથી, આજે સોમવાર હોવાથી મેં મૌન પાળ્યું છે.'

'વાહ, આ મહાત્માજીનો અજબ ભક્ત નીકળી પડ્યો!' મેં કહ્યું:

'જનાબ, તમારી બહેન મારી સામે જોતી હતી એટલે હું પણ એની સામે જોતો હતો. કોઈની સામે જોવામાં શું નુકસાન છે? આંખો હોય તો જોઈએ પણ ખરા. તમારી બહેન રૂપાળી હોય તેથી શું અમારે આંખે પાટા બાંધીને ફરવું?'

પણ મારું વાક્ય પૂરું થયું કે આ મુનિ મહારાજે કોઈ પણ જાતની ચેતવણી આપ્યા વિના મને એક તમાચો ચોડી દીધો અને હું કંઈ જવાબ આપું એ પહેલાં તેણે મારી સામે પાટી ધરી અને ઉતાવળથી લખ્યું:

'ચૂપ! વધુ બોલ્યો તો મૂઓ સમજજે.'

મેં જોઈ લીધું કે આ મુનિ મહારાજની કાયા વર્ધાના આખલા જેવી છે એટલે આ બાબતમાં મૌન રાખવું વધારે સારું છે. વધુ બોલીશ તો દીપડાની જેમ આ ચોંટી પડશે અને દવા ખાઈને ટકાવી રાખેલા મારા શરીરની હવા કાઢી નાખશે. મેં એના હાથમાંથી પાટી ખૂંચવી લીધી અને એમાં લખ્યું કે:

'નામદાર, હું અહિંસામાં માનું છું એટલે તમારી ઉપર હાથ ઉગામી શકતો નથી. જેમ તમે મૌનવ્રત પાળો છો તેમ હું અહિંસાનું વ્રત પાળું છું. જો આમ ન હોત તો આજે તમારું ખૂન કરી નાખત. તમારી બહેન એ મારી બહેન છે. પ્રભુ આપણી બહેનને સદ્‌બુદ્ધિ આપે.'

મુનિ મહારાજ આ વાંચવામાં રોકાયા અને હું એકદમ ઑફિસ તરફ ચાલ્યો ગયો. કબૂલ કરવું જોઈએ કે મારો ગાલ બહુ બળતો હતો. ઑફિસમાં આવ્યો કે બહાર બેઠેલો પટાવાળો ઊભો થયો અને સલામ ભરી. વાહ તમાચો ખાધા પછી પણ આપણું વ્યક્તિત્વ જરા પણ ઘટ્યું નથી એ જાણી મને આનંદ થયો.

મને જોઈને કૃપાશંકર બોલી ઊઠ્યો, 'તારું મોઢું લાલ કેમ લાગે છે?'

'હું તો તને પહેલેથી જ કહું છું કે મારા ચહેરા ઉપર તેજ આવ્યું છે પણ તને દેખાતું નથી. આ તેજને લીધે બધા સલામો કરે છે.'

'હવે રાખ, વેવલો થા મા. મને હમણાં જ ખબર પડી કે શા માટે બધા સલામો કરે છે.'

'શા માટે?'

'આ દિવાળી પાસે આવે છે એટલે આ લોકો પંદર દિવસ અગાઉથી જ સલામો ભરવી શરૂ કરે છે, કારણ કે બેસતા વર્ષને દિવસે એમણે બોણી મળે.'

આ વાત મને ગળે ઊતરી ગઈ અને મારા મગજમાંથી તેજનું ભૂત નીકળી

ગયું, કૃપાશંકરે ફરી કહ્યું:

'તું અહીં બેસજે; હું જરા બહાર હોટેલમાં ચા પી આવું.'

છેલ્લા પંદર દિવસથી કૃપાશંકર રોજ ચા ટાઇમે ચા પીવા નીકળી જતો. મેં પૂછ્યું:

'તું પણ વિચિત્ર છો. પહેલાં ત્રણ વાગ્યે ચા પીવા જતો અને હવે એક વાગ્યે જાય છે. આ તે કંઈ ચાનો વખત છે?'

કૃપાશંકર આ પ્રશ્ન સાંભળીને જરા રંગમાં આવી ગયો અને મને ધીમેથી કહ્યું:

'કોઈને ન કહેતો એક વાત કહું.'

'તારા સમ કોઈને નહીં કહું.'

'તો પછી સાંભળ, ચા પીવાનું તો બહાનું છે. હું તો એક નયનનું અમૃત પીઉં છું. કોઈને કહેતો નહીં હો.'

વાતમાં રસ પડ્યો એટલે મને જરા વિગત જાણવાનું મન થયું. મેં પૂછ્યું:

'મને કંઈ સમજાતું નથી. તું શું કહેવા માગે છે?'

'વાત એમ છે કે રોજ આ વખતે હું હોટેલમાં બેસું છું કે સામેના મકાનના વરંડામાં એક છોકરી આવીને ઊભી રહે છે અને અમારું તારામૈત્રક રચાય છે. ઇશારાથી અમે ઘણી વાતો કરીએ છીએ.'

કૃપાશંકર તાનમાં આવી ગયો હતો પણ મને તરત જ પડેલા તમાચાનું ભાન થયું. પેલા મુનિ મહારાજે મને ભૂલથી માર્યો એમ મને લાગ્યું. વાતનો તાળો મળી ગયો. મેં કૃપાશંકરને બનાવતાં કહ્યું:

'હું આ વાત જાણું છું. મને હમણાં જ ખબર પડી ગઈ છે.'

'તને કોણે કહ્યું?'

મેં જવાબ આપ્યો, 'સાંભળ, હું તને ખુશખબર આપું. હું ઑફિસમાં આવતો હતો ત્યાં જ દરવાજામાં એ છોકરી મને મળી અને તેણે કહ્યું કે તમારી ઑફિસમાંથી પેલા કૃપાશંકરભાઈને મારે ઘેર મોકલજો. હું બારીમાં રાહ નહીં જોઉં. બોલ દોસ્ત તું પણ નસીબદાર છો.'

આ સાંભળીને કૃપાશંકરને બહુ નવાઈ લાગી. તેણે મને પૂછ્યું:

'સાચું કહે છે? એને મારા નામની ક્યાંથી ખબર પડી?'

'આંખો વાત કરતાં શીખી જાય પછી નામ શોધતાં કેટલી વાર? આપણા કોઈ પટાવાળાને ખાનગીમાં પૂછી લીધું હશે.'

'પણ એને ઘેર કેમ જવાય?'

મેં કહ્યું: 'છોકરી જ્યારે ઘેર બોલાવે ત્યારે છોકરાએ સમજી લેવું જોઈએ

કે તેણે બોલાવવા જેવું હશે ત્યારે જ બોલાવ્યો હશે. વરંડામાં ઊભા રહીને તને બોલાવે તો કોઈ જોઈ જાય એટલે તો તેણે મારી સાથે કહેવરાવ્યું.'

કૃપાશંકર ગેલમાં આવી ગયો. તેણે મને કહ્યું: 'ભારે હિંમતબાજ છોકરી લાગે છે.'

'આ ઉંમર જ એવી છે, તારામાં હિંમત હોય તો જજે, નહીંતર ધોયેલા મૂળાની જેમ ચા પીને પાછો આવજે. મારી તો એ સલાહ છે કે આવી તક જવા દેતો નહીં.'

મારા શબ્દો પૂરા ન થાય ત્યાં તો કૃપાશંકર પાટલૂનના ખિસ્સામાં હાથ નાખીને, મોઢેથી સીટી બજાવતો ચાલ્યો ગયો.

બીજે દિવસે પણ સલામોની પરંપરા ચાલુ રહી અને મારા મનમાં ફાળ પડી કે શેઠ બોનસ આપવાના નથી અને આ બોણી આ વખતે વધુ પ્રમાણમાં દેવી પડશે. એકાદ મહિનાનો પગાર બોણીમાં જ સાફ થઈ જશે એવું લાગવા માંડ્યું. બીજું તો કંઈ નહીં પણ આજે કૃપાશંકર ઑફિસમાં આવ્યો ન હતો. મને થયું કે જરૂર પેલી છોકરી સાથે નાસી ગયો હોવો જોઈએ, પણ હું કોઈના અંગત જીવનની બહુ પરવા કરતો નથી એટલે મેં કૃપાશંકર વિશે કોઈને કંઈ પૂછ્યું નહીં.

થોડા દિવસ પછી બેસતું વર્ષ આવી પહોંચ્યું અને જે લોકો મને સલામ ભરતા હતા તે એક પછી એક આવવા લાગ્યા. પોસ્ટમૅન આવ્યો; મેં એને એક રૂપિયો આપ્યો. અર્ધા કલાક પછી બીજો પોસ્ટમૅન આવ્યો. મેં કહ્યું:

'હમણાં જ એક જણ લઈ ગયો છે!'

તેણે કહ્યું: 'સાહેબ, એ સવારની ટપાલ આપે છે, હું બપોરની આપું છું.'

આમ તે પણ એક રૂપિયો લઈ ગયો. ફરી ત્રીજો પોસ્ટમૅન આવ્યો અને સાંજની ટપાલ મને આપે છે એમ કહીને એક રૂપિયો લઈ ગયો. ઑફિસના પટાવાળા આવી ગયા, દરવાનો આવી ગયા. હોટેલના છોકરા આવી ગયા, મારા એક મિત્રનો રસોઇયો આવી ગયો અને આપણા ખિસ્સાનો ભાર હલકો થવા લાગ્યો. રહી રહીને એક માણસ આવ્યો અને તેણે જણાવ્યું કે પોતે તારવાળો છે. મેં કહ્યું:

'મારા ઉપર તો કોઈના તાર આવતા નથી.'

તે બોલ્યો, 'કેમ સાહેબ, આઠ મહિના પહેલાં તમને એક તાર આપી ગયો હતો. જેવો ઑફિસમાં આવ્યો કે મેં તમને તરત જ પહોંચાડેલો; બીજા હોય તો ત્રણ કલાક મોડું કરે સમજ્યા?'

મને યાદ આવ્યું કે મારા દૂરના એક કાકા ચણા-મમરા ખાતાં ખાતાં હૃદય

બંધ પડવાથી મરી ગયેલા એનો એ તાર હતો! તારવાળાને પણ રૂપિયો આપવો પડ્યો, ખરેખર હું કંટાળી ગયો; બપોરના ત્રણેક વાગ્યે સારાં કપડાંમાં એક બાઈ આવી ઊભી રહી; રૂપરૂપનાં અંબાર જેવી અને જોતાં એમ જ લાગે કે ચારે બાજુ રોશની પથરાઈ રહી છે.

'હું રહ્યો એકલો માણસ, કોઈ સ્ત્રી આપણને મળવા આવે નહીં અને આજે આ સ્ત્રીને જોઈને મને ખૂબ નવાઈ લાગી, તે બોલી:

'ભાઈ, સાલમુબારક.'

કેવા મીઠા શબ્દો! મેં કહ્યું: 'આવો બહેન અંદર આવો.'

અને વગર સંકોચે તે અંદર આવી. મેં તો દિવાળી ઊજવી ન હતી એટલે ઘરમાં કંઈ મીઠાઈ તો હતી નહીં પણ આવી વ્યક્તિ ઘરઆંગણે આવે અને મીઠાઈ ન હોય તે સારું નહીં, એ વિચારે હું મૂંઝાયો. બાજુમાં રતનબહેન રહેતાં હતાં અને ત્યાંથી મીઠાઈ લઈ આવ્યો અને બહેનને આપી. મીઠાઈ લેતાં જ કહ્યું:

'ભાઈ, તમે બહુ સારા માણસ લાગો છો. ગાંધીના માણસ છો નહીં?'

મેં કહ્યું, 'હા, વખતે પડે અહિંસામાં માનું છું.'

આવી રૂપાળી સ્ત્રી મારાં વખાણ કરે છે એ જાણીને મને આનંદ થયો. મીઠાઈ પૂરી કર્યા પછી તે બોલી:

'ઠીક ત્યારે, હવે અમને કંઈ બોણી આપો.'

બોણી! આવું રૂપ અને બોણી! હું ચમક્યો. મને થયું કે કંઈ બોલવામાં એની ભૂલ થઈ હશે. મેં પૂછ્યું:

'તમે શું કહ્યું?'

'મેં દિવાળીની બોણી માગી.'

હું એના સામે જોઈ જ રહ્યો, તે બોલી:

'તમે મને ઓળખી નથી લાગતી; હું તમારા માળાની રોજ ગટર સાફ કરું છું. આખો માળો મને રંભલી કહે છે. માળાના બધા પુરુષો મને સારી રીતે ઓળખે છે. આજે તો બધાએ બોણી આપી છે.'

આ સાંભળીને મારા તો મોતિયા મરી ગયા! કોઈ જોશે તો શું માનશે, એ વિચારે મને કપાળે પરસેવો આવી ગયો અને તરત જ ખિસ્સામાંથી છેલ્લા પાંચ રૂપિયા કાઢ્યા અને રંભલીના હાથમાં મૂકતાં કહ્યું:

'લે બાઈ, લે, તું જલદી જા. મારે ઘણું કામ છે.'

રંભલી રાજી રાજી થઈ ગઈ અને આખા માળામાં કહેતી ગઈ કે મેં તેને ઘરમાં બોલાવીને બોણી આપી અને હું બહુ જ સારો માણસ છું. બાજુમાં રહેતાં

રતનબહેન આવ્યાં અને મને ઊધડો લેતાં કહ્યું:

'ભલા માણસ હવે લગન કરી લો તો સારું, ઢેઢડીને ઘરમાં બોલાવીને બોણી આપી અને મારે ત્યાંથી એને માટે ખાસ મીઠાઈ લઈ ગયા. તમે પુરુષો તો બસ રૂપ જોયું કે લપસ્યા! નથી કોઈની નાત-જાત પૂછતા કે તમારી ખાનદાની તરફ નજર નાખતા!'

મેં કહ્યું, 'પણ રતનબહેન, મને ખબર જ નહીં કે આ બાઈ આપણા માળાની ગટર સાફ કરતી હશે.'

રતનબહેન બોલ્યાં, 'લો હવે રાખો, એ આવે છે ત્યારે તો માળાના પુરુષો વરંડામાં ખાસ દાતણ કરવા ઊભા રહે છે. હલકી જાત અને પાછું રૂપ!'

હલકા વર્ણમાં રૂપ હોવું એ કેમ જાણે પાપ હોય એવી રીતે રતનબહેન બોલ્યાં. હું શાંત બેસી રહ્યો હતો અને મને કંઈ અચાનક યાદ આવ્યું હોય એમ બોલી ઊઠ્યો:

'અરે હા, હવે મને યાદ આવ્યું કે મેં રંભલીને ક્યાં જોઈ હતી! રંભલી સાથે જ મારા ભાઈને એક દિવસ સિનેમામાં રાત્રે છેલ્લા ખેલમાં જોયા હતા.'

'શું કહો છો! 'રતનબહેન તાડૂકી ઊઠ્યાં અને પછી મને ભાન થયું કે આવું બોલીને મેં ભાંગરો વાટી નાખ્યો છે. રતનબહેન ધૂંવાંપૂંવાં થતાં ચાલ્યાં ગયાં; પાંચ મિનિટ પછી મેં એમના ઘરમાં ઠામવાસણ પડવાના કર્કશ અવાજો સાંભળ્યા. રતનબહેનના પતિના શબ્દો સંભળાતા હતા કે:

'હવે તો તું મૂંગી મર; આવું તારા મગજમાં કોણે ભૂત ભરાવ્યું?'

'આટલા દિવસ હું મૂંગી મરી જ રહી છું. હવે મને ખબર પડી કે દાતણ કરતાં તમને કેમ વાર લાગે છે; હવે મને ખબર પડી કે શા માટે તમે મને સાથે સિનેમામાં નથી લઈ જતા. તમને લોકોને પારકાં બૈરાં જ ગમે.'

આમ પતિપત્ની વચ્ચે મહાભારત જામી પડેલું અને આવું સત્ય ઉચ્ચારી નાખવા માટે મને પશ્ચાત્તાપ થવા લાગ્યો. કોઈના સંસારમાં મેં ભૂલથી આગ લગાડી દીધી અને હવે મારું હૃદય દાઝવા લાગ્યું. હું ઘરની બહાર નીકળી ગયો. નીચે જ અમારા માળાના હરિરામ ભટ્ટ મને મળ્યા. સનાતન ધર્મ એમને લીધે જ ટકી રહ્યો છે એવો ફાંકો રાખનારા હરિરામભાઈ મને જોઈને બોલ્યા:

'વાહ, તમે તો હરિજનોનો ઉદ્ધાર કરી નાખ્યો!'

હું પામી ગયો કે સનાતન ધર્મ મને શું કહેવા માગતો હતો. મેં કંઈ જવાબ ન આપ્યો. પાછળથી મારે કાને એમના શબ્દો પડ્યા કે:

'આવા ને આવા પાપી પુરુષોના ભારથી પૃથ્વી રસાતાળ જવાની છે.'

રસ્તા ઉપર હું ચાલ્યો જતો હતો ત્યાં મેં પાછળથી કોઈનો અવાજ સાંભળ્યો:
'ભાઈ સાલમુબારક!'

'મને થયું કે જો પાછું વાળીને જોઈશ તો વળી કોઈને બોણી દેવી પડશે એટલે મેં તો ઉતાવળે પગે ચાલવા માંડ્યું. ફરી એ જ શબ્દો મારે કાને અથડાયા, અવાજ પરિચિત લાગ્યો એટલે મેં પાછળ જોયું. એ હતો કૃપાશંકર! હાથે પાટા બાંધ્યા હતા. હું એની પાસે ગયો અને પૂછ્યું:

'એલા આટલા દિવસ સુધી ક્યાં મર્યો હતો?'

દયામણું મોઢું કરીને તે બોલ્યો, 'યાર, તેં પણ મારો ઘડોલાડવો કરી નાખ્યો. તને બીજું કોઈ હાથમાં ન આવ્યું? એવો માર પડ્યો કે, મારે આજ દિવસ સુધી હૉસ્પિટલમાં રહેવું પડ્યું.'

હું હકીકત સમજી ગયો. મેં કહ્યું: 'કેમ તું તો રોજ નયનામૃતનું પાન કરતો હતો ને?'

'હા, દૂરથી એ અમૃત જેવું લાગતું પણ પાસે ગયો એટલે લાઠી-અમૃત મળ્યું, આ બધો તારો પ્રતાપ છે.'

મેં ફિલસૂફ બનીને કહ્યું, 'જો દોસ્ત, જ્યાં સુધી જીવનમાં નયનોની રમત ચાલે છે ત્યાં સુધી જ ખરી મજા છે. પાસે જતાં બધું લાકડા જેવું જ છે.'

* * *

૯ પ્રેમ પ્રગટ થવાના માર્ગો

આજની સભાનું પ્રમુખસ્થાન મેં સ્વીકાર્યું હતું એટલે હું મારા રિવાજ મુજબ વખતસર જવાને બદલે જરા મોડો પહોંચ્યો, કારણ કે પ્રમુખ સહેજ મોડો પડે એમાં જ એની મહત્તા વધે છે એમ મારું માનવું છે. આપણે ખૂબ પ્રવૃત્તિમય છીએ એ બતાવવા માટે જરા મોડા થવું તે વ્યાવહારિક સત્ય ગણાય છે. જઈને જોઉં છું તો આખો હૉલ ચિક્કાર ભરાઈ ગયો હતો. આજના મુખ્ય વક્તા ગુજરાતના એક અગ્રગણ્ય કેળવણીકાર હતા અને વિષય હતો – 'પ્રેમ પ્રગટ થવાના માર્ગો.'

આવો વિષય હોય તો યુવાનો અને યુવતીઓની હાજરી સારા પ્રમાણમાં થાય એ બહુ સ્વાભાવિક વાત છે. વક્તા બોલવા ઊભા થયા કે તરત જ એમને તાળીઓના અવાજથી વધાવી લેવામાં આવ્યા, હું ગંભીરતા ધારણ કરીને બેઠો. ભાષણ શરૂ થયું.

'ભાઈઓ તથા બહેનો! આ દુનિયામાં એક જ વસ્તુ એવી છે કે જેનો ક્યારે જન્મ થાય છે અને ક્યારે મૃત્યુ થાય છે કે કહી શકાતું નથી. એનું નામ છે પ્રેમ. જીવનમાં કોઈ પણ પળે અને ગમે ત્યારે તે પ્રગટી ઊઠે છે. વયની ત્યાં મર્યાદા નથી. કેટલાક સંજોગોમાં પ્રેમ એક જ પળમાં પ્રગટી ઊઠે છે અને બીજી જ પળે એનો વિનાશ થાય છે; કેટલાક કિસ્સાઓમાં તેનો વિકાસ ધીમે ધીમે થાય છે અને કેટલીક વાર તો તે એવી રીતે પ્રગટ થાય છે કે આપણને ખબર પડતી નથી કે આપણે પ્રેમમાં પડતા જઈએ છીએ.

પ્રેમને પ્રગટ થવાના આપણા સમાજમાં અનેક રસ્તાઓ છે. એમાંનો પહેલો માર્ગ બહુ સહેલો છે અને તે માર્ગ છે બારીનો; આપણી આસપાસમાં એવાં

મકાનોની રચના કરવામાં આવી છે કે આપણી ચારે બાજુ જુદાં જુદાં મકાનોની બારીઓ દેખાય છે. મકાનની આ બારી પ્રેમની બાબતમાં અગત્યનો ભાગ ભજવે છે. શરૂઆતમાં તમે બારીમાં ઊભા રહો છો અને પછી અચાનક જો કોઈ સારી છોકરી નજરે પડી જાય અથવા તો કોઈ છોકરી દેખાઈ જાય તો તમે પછી થોડી વારે કંઈનું કંઈ બહાનું કાઢીને બારી પાસે આવીને ઊભા રહો છો. આ ક્રમ ચાલ્યા કરે છે અને પછી તમને વિચાર આવે છે કે એની સાથે ઓળખાણ થઈ જાય તો સારું! બારીમાં ઊભા રહેવાની અને સામેની વ્યક્તિને જોવાની કળા તમને એમ ને એમ આવડી જાય છે. તમે એવી રીતે ઊભા રહો છો કે જાણે તમારો ઇરાદો એ છોકરીને છોકરાને જોવાનો જ નથી. આસપાસ ક્યાંય બીજે નજર ફેંકો છો. પણ વખત આવતાં પેલી વ્યક્તિને જોઈ લેવાનું તમે ચૂકી શકતા નથી. ટીકીટીકીને જોવામાં ફાયદો નથી અથવા તો તે અસભ્યતા ગણાય એમ તમે બરાબર સમજો છો અને તેથી તો બે-ચાર આડી-અવળી દૃષ્ટિઓ ફેંકીને એકાદ નજર સામેની બારીમાં ફેંકો છો.

સામી વ્યક્તિ એના ઓરડામાં શું શું કરે છે એની નોંધ તમારા મગજમાં તરત થઈ જાય છે. મોડી રાત સુધી ત્યાં દીવો બળતો હોય તો એનો પણ તમે ખ્યાલ રાખો છો. આવી રીતે બંને વ્યક્તિઓ વચ્ચે વાયરલેસ સંદેશાઓ શરૂ થઈ જાય છે પણ આમાં એક ખૂબી તો એ છે કે જ્યારે આ બે વ્યક્તિઓ રસ્તા ઉપર મળે છે ત્યારે જાણે એકબીજાને ઓળખતાં જ નથી એમ પાસેથી પસાર થઈ જાય છે. થોડા વખત આ ભૂમિકા ઉપર પ્રેમીઓ આનંદ કરે છે પણ પછી બેમાંથી એક કંઈ ને કંઈ બહાનું કાઢી મળવાનો પ્રસંગ યોજે છે. દાખલા તરીકે, જો છોકરો હોય તો પોતાની બહેનનો અને છોકરી હોય તો ભાઈનો આ બાબતમાં ઉપયોગ કરે છે. પછી વાત આગળ વધે છે અને ઘણી વાર તે પ્રેમમાં પરિણમે છે. પણ આ પ્રેમ લગ્નમાં પરિણમે છે કે નહીં એ હું કહેવા માગતો નથી, કારણ કે મારો આજનો વિષય પ્રેમ પ્રગટ થવાના માર્ગો એ ઉપર છે. આને હું અંગ્રેજી ભાષામાં Windov Love – બારીનો પ્રેમ કહું છું.

બીજો માર્ગ છે સહચારનો: આમાં શરૂઆતમાં તમને કંઈ ખાસ આકર્ષણ જેવું દેખાતું નથી પણ કોઈ મંડળમાં કામ કરતાં કરતાં સહચાર વધતો જાય અને તમને એકબીજાના ગુણો અનુકૂળ આવતા લાગે ત્યારે જ પ્રેમ પ્રગટ થાય છે. આવા કિસ્સાઓમાં ઘણી વાર તો વર્ષો સુધી તમને ખબર નથી પડતી કે તમે સામી વ્યક્તિના પ્રેમમાં ઊંડા ઊતરી રહ્યા છો. ઘણા શિક્ષકો છોકરીઓને ભણાવતાં પ્રેમમાં પડી જાય છે એનું કારણ આ હંમેશનો સહચાર હોય છે.

સહચારમાંથી મમતા પ્રગટ થાય છે અને મમતામાંથી જ માયાનાં બંધનો જન્મ પામે છે. ઉપરનો પ્રશ્ન આ બાબતમાં રહેતો નથી એ સાબિત કરતાં ઘણા દાખલાઓ આપણા સમાજમાં બની ગયા છે. આવા પ્રકારના સહચારની શરૂઆતમાં પ્રેમીઓ એકબીજા પ્રત્યે પવિત્ર વર્તન રાખવાનો પ્રયત્ન કરે છે. સ્ત્રી પુરુષને ભાઈ કહે છે અને ભાઈ સ્ત્રીને બહેન ગણે છે. બહેન શરૂઆતમાં રાખડી બાંધતી નજરે ચડે છે અને ભાઈ એનો સ્વીકાર પણ કરે છે. સહચાર વધતાં બંનેનાં હૃદય મંથન શરૂ થાય છે; બંને પોતાના અંતઃકરણમાં સમજી શકે છે કે આપણો જે ભાઈબહેનનો સંબંધ છે તે તદ્દન બનાવટી છે. વખત જતાં શારીરિક છૂટછાટ શરૂ થાય છે ત્યારે જ આવાં મંથનોમાંથી સ્ત્રી-પુરુષને પસાર થવું પડે છે. એવું પણ જોવામાં આવ્યું છે કે આવા સહચારમાંથી પ્રગટ થતા પ્રેમની પાછળ વાસના મુખ્ય ભાગ ભજવતી હોય છે. આવા પ્રસંગે ઘણા માણસોને ખબર પણ પડતી નથી કે જાગી ઊઠેલી આ તીવ્ર લાગણી પાછળ પ્રેમ ભર્યો છે કે વાસના.

જે લોકો સમજુ છે અથવા તો અંતર્મુખ છે એમને તો તરત જ ખબર પડી જાય છે કે આ પ્રેમ છે કે પ્રગટ થયેલી શારીરિક ભૂખ છે. વાસના કામ કરી રહી છે એ જાણ્યા પછી પણ ઘણા લોકો એ સંબંધને છોડી શકતા નથી, કારણ કે તેઓ મનના નિર્બળ હોય છે. મનની આવી નિર્બળતા સેંકડે નવાણુ ટકા માનવીઓમાં જોઈ શકાય છે. કોઈ સ્ત્રી કે પુરુષ પ્રત્યે જો વાસના જ પ્રગટ થાય તો શુદ્ધ પ્રેમનો પ્રકાશ પ્રગટ થતાં ઘણો વખત લાગે છે. અથવા તો ઘણી વાર બેમાંથી કોઈને પણ ખબર પડતી નથી કે શુદ્ધ પ્રેમ કોને કહેવાય.

આપણામાં ઘણા અચાનક પ્રેમમાં પડી જાય છે જેને અંગ્રેજીમાં Love at first sight – પ્રથમ દૃષ્ટિનો પ્રેમ કહે છે. કોઈ સ્વરૂપવાન છોકરી કે છોકરો જોયો કે તરત જ અંતરમાં પ્રેમ પ્રગટ થઈ જાય છે. આવા કિસ્સાઓમાં સ્વરૂપ મુખ્ય ભાગ ભજવે છે. બહારનો દેખાવ પહેલી પસંદગી પામે છે. આ સમયે આપણી દૃષ્ટિ સામી વ્યક્તિના અંતરને ભેદી શકતી નથી પણ શરીરની આસપાસ જ ભમ્યા કરે છે.

મારો એક યુવાન મિત્ર છે. તે મહિનામાં ત્રણેક વખત આવી રીતે છોકરીઓના પ્રેમમાં પડી જાય છે. કોઈ સુંદર છોકરી જોઈ કે તે આવીને મને કહેશે:

‘યાર, ચીજ હતી ચીજ, શું એની આંખો! આવી આંખો તો મેં કોઈની જોઈ જ નથી.’

કોઈ બીજીને જોઈને કહેશે, ‘દોસ્ત, એના વાળ કમાલ હતા અને ચાલ? તું

વાત જ ન કર. આવી અદ્‌ભુત ચાલ મેં કોઈની જોઈ નથી.

કોઈ ત્રીજીને જોઈ હશે તો એની કમરના, હોઠના કે શરીરના બીજા કોઈ ભાગનાં વખાણ કરશે. આમ તે પ્રથમ દૃષ્ટિએ પ્રેમમાં પડતો જ આવ્યો છે અને બીજી દૃષ્ટિએ એમાંથી નીકળતો આવ્યો છે. અલબત્ત, હજુ સુધી તે કોઈની સાથે લગ્ન નથી કરી શક્યો. કેટલાક માણસોનો આવો સ્વભાવ જ હોય છે. તેઓ એમ માને છે કે પોતે સૌંદર્યની કદર કરી રહ્યા છે પણ ઘણા દાખલાઓમાં એ જોઈ શકાયું છે કે આવા પુરુષો વખત જતાં વેશ્યાગામી બની ગયા છે અને ઘણા લગ્નજીવનને સુખી બનાવી શક્યા નથી. કેટલાકને ત્યાં સ્વરૂપવાન સ્ત્રી હોય છે છતાં પણ બીજે ભટકતા હોય છે એનું કારણ આ સ્વભાવ છે. કોઈ નવી સ્વરૂપવાન સ્ત્રીને જોઈ તો એને મેળવવાનો પ્રયત્ન કરે છે અને થોડો વખત ભોગ ભોગવ્યા પછી તે વળી બીજીની જ શોધમાં ઊપડે છે.

પહેલી નજરે પ્રેમમાં પડીને પરણી જનારાઓના જીવનમાં પાછળથી છૂટાછેડાએ મુખ્ય ભાગ ભજવ્યો છે. સુખી થયેલા બહુ ઓછા જોવામાં આવે છે. પ્રથમ દૃષ્ટિનો પ્રેમ બાહ્ય સૌંદર્ય ઉપર જ રચાયેલો છે. આવા સૌંદર્યને નીરખીને મોહિત થનારાઓના હાથમાં પ્રેમનાં સાચાં મોતી આવ્યાં નથી.

હવે આપણે પૈસા ઉપર વિચાર કરીશું. આજના સમાજમાં પ્રેમની બાબતમાં પૈસા બહુ અગત્યનો ભાગ ભજવે છે. અમારા મિત્રમંડળમાં એક બહુ જ સ્વરૂપવાન છોકરી હતી. ભણવામાં અને બોલવામાં પણ ભારે ચાલાક; સંગીત અને કળા પ્રત્યે પણ એનું વલણ આવકારપાત્ર હતું. એક છોકરા સાથે તેની દોસ્તી થઈ; છોકરો આર્થિક દૃષ્ટિએ સાધારણ પણ આમ બીજી બધી રીતે ભારે તેજસ્વી. અમારામાંના ઘણાને તો એમ જ લાગેલું કે આ મૈત્રી લગ્નમાં જ પરિણમશે. પણ મને શંકા હતી, કારણ કે હું જોઈ શકેલો કે છોકરીને એનાં રૂપનું ખૂબ જ અભિમાન હતું અને મોજશોખની પણ ભારે શોખીન હતી. હા, એ વખતે છોકરીના કુટુંબમાં બહુ પૈસો ન હતો પણ એના સંસ્કાર કહી આપતા કે તે જીવનમાં પૈસાને પ્રધાનપદ આપી રહી છે. આ બાબતનું એને પણ ભાન ન હતું. વખત જતાં એની મૈત્રીનું વર્તુળ વિશાળ બનવા લાગ્યું. પૈસાદારોના પુત્રોનો સંસર્ગ એને વધુ પસંદ પડવા લાગ્યો. જે છોકરા સાથે એને મહોબત હતી તે દૂર થવા લાગી, કારણ કે પેલો છોકરો એની પાછળ છૂટે હાથે પૈસા ખર્ચી શકે એવી સ્થિતિમાં ન હતો. બન્યું એમ કે થોડા વખત પછી તે એક ધનવાનના પુત્ર સાથે પરણી ગઈ. છોકરામાં કંઈ દમ નહીં. તદ્દન બબૂચક જેવો, પણ બાપ પાસે ઘણા પૈસા!

આમ આ બાબતમાં પૈસા પણ અગત્યનો ભાગ ભજવે છે. ઘણી છોકરીઓ છોકરાને પસંદ કરતાં પહેલાં એની પાસે બંગલો છે કે નહીં, મોટર કે નોકરો છે કે નહીં અને રસોઇયો છે કે કેમ, એ બધું પહેલાં જુએ છે અને પછી પ્રેમમાં પડવાની સગવડ કરે છે. પ્રેમમાં પડવાના આવા સ્વભાવને લીધે આપણે ઘણી વાર સમાજમાં જોઈ શકીશું કે ઘણી પ્રાણવાન અને તેજસ્વી છોકરીઓ બબૂચકોને પરણી ગઈ છે, કારણ કે એમની પાસે પૈસા હતા. હમણાં જ થોડા વખત પહેલાં કૉલેજમાં ભણતી એક છોકરીના જીવનમાં આ પ્રસંગ બની ગયો છે. છોકરી ચાલાક અને ચંચળ હતી પણ અંતરમાં એની ઇચ્છા કે પ્રેમ કરવો પૈસાદારને!

આ સ્વભાવને લીધે તે ઘણા પૈસાદાર છોકરાઓના પરિચયમાં આવવા લાગી. આજે એકની સાથે તો કાલે બીજાની સાથે એ દેખાય, પણ એટલું ચોક્કસ કે છોકરો મોટરવાળો જ હોય. ઘણાના સંસર્ગમાં આવી પણ ફાવટ ન આવી. બે-ચાર તેજસ્વી છોકરાઓને તે જાણતી હતી. ધાર્યું હોત તો એમાંના કોઈની સાથે લગ્ન કરી શકત, પણ તેઓ આર્થિક દૃષ્ટિએ સાધારણ હતા. થોડા સમય પછી તે એક બીજા યુવાનના સંસર્ગમાં આવી; સાથે ફરવા લાગી, છોકરો પણ ભારે ઠાઠમાઠથી રહેનારો અને ઘણો જ વાચાળ હતો. છોકરીએ માતાપિતાને વાત કરી કે તે એની સાથે પરણવા માગે છે. માબાપ ઉદાર હૃદયનાં હતાં એટલે છોકરીના કથન ઉપર વિશ્વાસ રાખીને સગપણ કરી આપ્યું.

ચારેક મહિના પછી કોકડું ગૂંચવાયું અને તે એક દિવસ મારી પાસે સલાહ લેવા આવી. રડવા જેવી થતાં તે બોલી:

'હું વેવિશાળ તોડી નાખવા માગું છું. છોકરો મને ગમતો નથી.'

'કેમ?'

'અરે તદ્દન જુઠ્ઠાબોલો છે. પહેલાં તે કહેતો હતો કે દેશમાં એની પાસે ઘણી જાગીર છે, મોટર છે, બંગલા છે, પણ હવે મને ખબર પડી ગઈ છે કે એમાંનું કંઈ નથી. મેં એની વાત ઉપર વિશ્વાસ રાખ્યો; મારા બાપે મારા ઉપર વિશ્વાસ રાખ્યો પણ આખરે તેણે વિશ્વાસઘાત કર્યો છે.'

પછી તો વાત બહુ ગૂંચવાઈ ગયેલી. આબરૂદાર કુટુંબની છોકરી વેવિશાળ તોડે તો જ્ઞાતિમાં વગોવાઈ જાય અને લગ્ન પહેલાં છૂટછાટ લેવામાં કંઈ બાકી રાખ્યું ન હતું, આ વાત જગજાહેર હતી. આખરે બે-ચાર માણસો વચ્ચે પડ્યા અને વાતને સંકેલી લેવામાં આવી. છોકરીને લગ્ન કરવાં જ પડ્યાં.

પ્રેમમાં પડવા માટે મોટર પણ એક સારામાં સારું સાધન છે. જે છોકરા

પાસે મોટર હશે તે કૉલેજની ઘણી છોકરીઓને Lift આપશે અને વધુ નિકટ આવવાનો પ્રયત્ન કરશે. અમદાવાદમાં અમારા એક મિત્ર આ બાબતમાં બહુ જ પ્રખ્યાત હતા. સમાજમાં સ્થાન સારું એટલે છોકરીઓ સાથે ઓળખાણ કરી અને રસ્તામાં મોટર લઈને નીકળે તો જરૂર એમાં એકાદ છોકરી તો હોય જ અને તે નામદાર એને છાત્રાલયમાં મૂકવા જતા હોય. આખરે એનો પ્રેમ મોટરમાં જ પ્રગટ થયો અને રસ્તા ઉપરથી જીવનસખી શોધી કાઢી. આજે તે સુખી છે એ આનંદની વાત છે અને દર વર્ષે પતિ-પત્ની એમની લગ્નગાંઠ જ્યારે આવે છે ત્યારે મોટરને પહેલાં ફૂલ ચડાવે છે.

પ્રેમમાં પડી જવાનો હમણાં એક નવો માર્ગ ઊઘડ્યો છે. નૃત્યકળા પ્રત્યે હમણાં ગુજરાતમાં સારી લાગણી પેદા થઈ છે. અને છોકરો કે છોકરી નૃત્ય કરી જાણે તેને સંસ્કારની વિશિષ્ટતા ગણવામાં આવે છે. છોકરી સાધારણ હોય પણ તે થોડુંઘણું નૃત્ય જાણતી હોય તો છોકરાને એના પ્રેમમાં પડતાં વાર નથી લાગતી.

સમાજમાં ઉપલા ઘરમાં આજકાલ નૃત્યકળા, લગ્ન કે પ્રેમની બાબતમાં અગત્યનો ભાગ ભજવી રહી છે. ઘણાં કુટુંબો, નવો જમાનો ઓળખીને, નૃત્યને લગ્ન માટેનો પાસપૉર્ટ ગણી રહ્યાં છે. અમારા એક કંચનકાકી છે, એમની મોટી છોકરીનું નામ તેમણે કુમકુમ રાખેલું છે. ગુજરાતમાં આજકાલ નવા પ્રકારનાં નામોને અથવા તો બંગાળી નામોને ઘણો આવકાર મળે છે. આવું નામ રાખવું એને સંસ્કારનું લક્ષણ ગણવામાં આવે છે. આ કાકી ઊછર્યાં છે જૂના વાતાવરણમાં પણ કાકા પાસે પૈસો ઘણો થઈ જવાથી તે સમાજના ઉપલા થરમાં આવી પહોંચ્યાં અને એમના પોશાકમાં પણ ફેર પડી ગયો. મોટી ઉંમરે પણ સોળ વર્ષની સુંદરી જેવી સજાવટ કરતાં શીખી ગયાં. વાતચીતમાં થોડા અંગ્રેજી શબ્દો વાપરે અને એમનું કુટુંબ ઘણું જ સંસ્કારી છે એમ પોતે માને છે અને બીજાને મનાવવાનો પ્રયત્ન પણ કરે છે. કાકી ક્રિકેટ મૅચ જોવા જાય અને સમજે કે ન સમજે પણ બધાની સાથે જરૂર તાળીઓ પાડે. ક્લબમાં જાય અને ચટપટી વાતો પણ કરે. ટૂંકામાં પોતે આધુનિક છે અને પ્રગતિવાદી છે એવું દેખાવવાનો પળે પળે પ્રયત્ન કરે છે.

થોડા વખત પહેલાં કુમકુમનાં લગ્ન માટે એક જગ્યાએ વાત નાખી હતી પણ ફાવ્યાં નહીં, કારણ કે જે છોકરાને એની કુમકુમ આપવી હતી તેણે નૃત્ય જાણતી કોઈ છોકરીને પસંદ કરી લીધી. આ અનુભવ ઉપરથી કંચનકાકીને થયું કે ઘરમાં નૃત્ય હોવું જોઈએ. કુટુંબને સંપૂર્ણ સંસ્કારી ગણાવવું હોય તો ઘરમાં નૃત્ય આવડવું જ જોઈએ અને આમ થશે તો જ સારા કુટુંબના છોકરાઓ

કુમકુમના પરિચયમાં આવશે એમ કાકીને લાગ્યું. બીજે દિવસે જ શિક્ષક આવી ગયા, કહેવાની જરૂર નથી કે એમનું શરીર તદ્દન માયકાંગલું હતું અને માથે મોટા વાળ હતા.

ગઈ કાલે હું એને ત્યાં ગયો ત્યારે બાજુની રૂમમાં મૃદંગ તથા ઝાંઝરનો મેં રણકાર સાંભળ્યો. કાકીએ કળા ઉપર વાત શરૂ કરી. તેમણે કહ્યું:

'ડાન્સ એ આપણા દેશની જૂનામાં જૂની કળા છે. બધાને આવડવી જોઈએ.'

કળા ઉપર ઊભરાઈ ગયેલો મેં કાકીનો પ્રેમ જોયો; નૃત્યને બદલે અંગ્રેજી શબ્દ 'ડાન્સ' વાપર્યો તે પણ જોયું, પૂછ્યું:

'કાકી કોણ નૃત્ય કરે છે?'

આ પ્રશ્ન કાકીને ખૂબ ગમ્યો. તરત જ લહેકા સાથે બોલી ઊઠ્યાં, 'જુઓને ભાઈ, આપણી કુમકુમ કાથીનો ડાન્સ શીખે છે.'

બિચારી કાકીએ કથ્થક ડાન્સને બદલે કાથીનો ડાન્સ કહ્યો. હસવું આવતું હતું પણ મેં રોકી રાખ્યું. કાકી આગળ બોલ્યાં:

'ભાઈ ડાન્સ શીખવાથી ફૅમિલીમાં ઍગ્રિકલ્ચર વધે છે.'

'કાકી અંગ્રેજી શબ્દ કલ્ચર (સંસ્કાર) વાપરવા માગતાં હતાં પણ ક્યાંકથી સાંભળેલો ઍગ્રિકલ્ચર (ખેતી) શબ્દ એમને વધુ સારો લાગ્યો અને એનો ઉપયોગ મારી સમક્ષ કરી નાખ્યો.

વક્તાનું છેલ્લું વાક્ય સાંભળીને સભાજનો પેટ પકડીને હસવા લાગ્યા; પ્રમુખ તરીકે અત્યાર સુધી હું ગંભીર બનીને બેઠો હતો પણ આ સાંભળીને મારી ગંભીરતા ઊડી ગઈ. હું પણ ખડખડાટ હસવા લાગ્યો. હાસ્ય શાંત થયું ન હતું ત્યાં બહારથી એક માણસ દાખલ થયો અને મારા હાથમાં ચિઠ્ઠી મૂકી. મેં વાંચી અને મારું હૃદય બંધ પડી ગયું હોય એમ લાગ્યું. એમાં લખ્યું હતું કે 'તમારી પત્નીએ ઝેર ખાઈને આપઘાત કર્યો છે; જલદી ઘેર જાઓ.'

શબ્દો વાંચ્યા ન વાંચ્યા અને હું ઊભો થયો. વક્તાને એને ભાષણ ચાલુ રાખવાનું કહીને જે મંડળ તરફથી આ પ્રસંગ યોજવામાં આવ્યો હતો તે નિવૃત્તિ મંડળના સંચાલકોની રજા લઈને હું બહાર નીકળ્યો. રસ્તામાંથી ટૅક્સી પકડી; અનેક જાતના વિચારો આવવા લાગ્યા. હમણાં છેલ્લા આઠ દિવસથી અમારે બંનેને બનતું ન હતું. અહીં સભામાં આવ્યો એ પહેલાં પણ બંને વચ્ચે સાધારણ બોલાચાલી થયેલી. શું એણે આવી નાની બાબતમાં ઝેર પીધું હશે? અરરર, સ્ત્રીની તો કોઈ જાત છે! બળી મરવું, કૂવા પૂરવા, ઝેર પીવું કે ચોથે માળથી સરિયામ રસ્તા પર ઝુકાવવું આ બધું તો એમના માટે તો રમત જેવું. મોટરની

જે ગતિ હતી એથી દસગણી ગતિએ મારા વિચાર દોડવા લાગ્યા. વિચારની ઝડપ કલાકના ચારસો માઈલની હશે.

મહામહેનતે ઘેર આવ્યો; કપાળે પરસેવો આવી ગયો હતો. જોયું તો મારા ઘરમાં પંદરેક જેટલી સ્ત્રીઓનો અવાજ સંભળાતો હતો, કોલાહલ સાંભળીને મારા હૃદયમાં ફફડાટ વધવા લાગ્યો. મુખની રેખાઓ સંકોચાવા લાગી અને ભાંગી ગયેલા હૃદયે મેં દીવાનખંડમાં પ્રવેશ કર્યો, પણ આ શું?

મારી સ્ત્રી સખીઓ વચ્ચે બેસીને ચોપાટીની ભેળ ઉડાવતી હતી! રંગ જામ્યો હતો. આ જોઈને મારામાં જીવ આવ્યો અને હું શાંતિથી બીજા ઓરડામાં બેઠો. પત્ની આવી અને મારાથી પુછાઈ ગયું:

'શું તું જીવે છે?'

આ પ્રશ્ન સાંભળીને છંછેડાઈ ગઈ અને બોલી, 'તમારે તો મને મારી નાખવી છે કેમ? હું મરી જાઉં એટલે તમારે પેલી ભૂખડીબારસ કોકિલાને ઘરમાં ઘાલવી છે નહીં? એમ હું કંઈ જાઉં એવી નથી. ત્રણેને મારીને મરું એવી છું.'

મને થયું કે ત્રણ જીવને મારી નાખવાની શક્તિ ધરાવતી મારી સ્ત્રીએ એક જીવને જીવતાં મારી નાખ્યો. કયા દેવની મેં ગયા જન્મમાં પૂજા કરી હશે કે આવું સ્ત્રીરત્ન મને પ્રાપ્ત થયું. પછી તો મેં મનને આશ્વાસન આપ્યું કે મહાપુરુષોનો સંસાર ભાગ્યે જ સુખી હોય છે. તેણે કહ્યું:

'તો તમે પણ ભેળ ખાઓ. આજે આપણા બાબલાનો જન્મદિવસ છે એટલે મેં પાડોશીઓનાં બૈરાંઓને બોલાવ્યાં છે.'

સંસ્કૃતમાં સ્ત્રીને માટે કોઈ જગ્યાએ લખ્યું છે કે 'ભોજનેષુ માતા' એ વાક્ય મને તરત જ યાદ આવ્યું. માતા ઘણી વાર બાળકને મારીને પછી પ્રેમથી જમાડે છે. આ બે મિનિટ પહેલાં ગુસ્સે થઈ અને પછી મારા માટે ખાવાનું લઈ આવી. આવી સ્ત્રીને કાયમને માટે માતા ગણીએ તો સંસારમાં જરૂર શાંતિ ફેલાય. પણ દુઃખની વાત તો એ છે કે સ્ત્રી ક્યારે માતા, મંત્રી કે રંભા બને તે કહી શકાતું નથી.

એ ગઈ કે તરત જ ખિસ્સામાંથી ચિઠ્ઠી કાઢી; ફરી વાંચી અને આખી વાત મને સમજાઈ ગઈ. મનમાં ખૂબ હસવું આવ્યું પણ હું એકદમ સભાસ્થાન તરફ દોડ્યો. જોઉં છું તો બધું ખાલી. ભાષણ વગેરે પૂરું થઈ ગયું હતું. હું પેલા વક્તાને ઘેર જવા ઇચ્છતો હતો પણ મેં એમનું ઘર જોયું ન હતું.

બીજા દિવસે સવારમાં મેં એમનું નામ છાપામાં વાંચ્યું કે:

'ગુજરાતના પ્રખર કેળવણીકાર જ્યારે સભામાં 'પ્રેમ પ્રગટ થવાના માર્ગો' એ વિષય ઉપર ભાષણ કરતા હતા ત્યારે એમની સ્ત્રી ઝેર ખાઈને મૃત્યુ પામી.'

થોડા વખત પછી જ્યારે કેળવણીકાર મને મળ્યા ત્યારે મેં ખરખરો કર્યો, સાચે જ એમને ઘણું દુઃખ થયું હતું. મેં કહ્યું:

'આ સંસાર જ એવો છે; જેના મરવા જોઈએ એના નથી મરતા અને જેના જીવવા જોઈએ એના મરી જાય છે.'

* * *

૧૦ પરદેશનો પવન

લડાઈ પૂરી થયા પછી હમણાં આપણા દેશમાં એક નવી જાતનો પવન ફૂંકાયો છે અને તે પરદેશ જવાનો! એક જમાનો એવો હતો કે દરિયાપારના દેશની મુલાકાત ઘણી મહત્ત્વની વાત ગણાતી પણ ધીમે ધીમે એ હવા ચાલી ગઈ. લોકો જતાં શીખી ગયા પણ હમણાં તો એક પ્રકારનો પવન જ વાઈ રહ્યો છે; સૌ કોઈ અમેરિકા જવા ઊપડે છે, કારણ કે લડાઈ દરમિયાન લોકો પાસે પૈસો વધી ગયો; લડાઈ પૂરી થઈ એટલે હવે પરદેશમાં જઈને નવી એજન્સીઓ લાવીશું. ખૂબ પૈસા કમાઈશું અને લાખના દસ લાખ કરીશું એમ લોકો વિચારવા લાગ્યા.

એક પછી એક પૈસાદારો પરદેશ જવા ઊપડ્યા: રોજ છાપામાં ફોટા આવવા લાગ્યા કે ફલાણા શેઠ ધંધાના વિકાસ અર્થે અમેરિકા ઊપડી ગયા છે. પહેલાં તો છાપાંવાળાઓ શેઠનો ફોટો મફત છાપતા હતા પણ માણસો વધવા લાગ્યા એટલે તેમણે જાહેરખબરના ભાવે ફોટાઓ છાપવાનું નક્કી કર્યું. દરેક ફોટા નીચે 'ધંધાના વિકાસ અર્થે' એ જ શબ્દો આવે છે. પણ શેનો ધંધો? કયો ઉદ્યોગ? પરદેશી માલ દેશમાં વેચવાનો? ત્યાં જઈને કંઈ શીખવાને બદલે કોઈ મોટરના સ્પેરપાર્ટ્સની એજન્સી લઈ આવ્યું. કોઈ રેડિયો ઉપાડી લાવ્યું તો કોઈ લાખો રૂપિયાની ઇન્ડિપેનના ઑર્ડરો આપી આવ્યું. કોઈએ વળી કાચમાંથી બનતું કાપડ આયાત કર્યું.

આમ આપણા માણસો કહો કે વેપારીઓ, ધંધાની ખિલવણી માટે પરદેશ જઈ રહ્યા છે. બીજું તો કંઈ નહીં પણ આજે ફોટાઓ છાપવાનો વા વાયો છે એ ખરેખર ગજબ છે.

પરદેશ જનારે ફોટો છપાવવો જ જોઈએ એવી પ્રથા પડી ગઈ છે. વચમાં એક શેઠ આફ્રિકા ગયા એમાં તો દરેક છાપામાં એમનો ફોટો આવ્યો. સમજાતું નથી કે આફ્રિકા જવામાં વળી છાપાંઓમાં ફોટાઓ પ્રસિદ્ધ કરવાની શી જરૂર છે? આફ્રિકા તો આપણું ઘર છે, વર્ષોથી ત્યાં આપણે વસ્યા છીએ; હવે ત્યાં જવું એમાં વળી જાહેરાત શા માટે? એમને એમ થયું હશે કે લોકો અમેરિકા જાય છે ત્યારે ફોટા આવે છે તો પછી આફ્રિકા જવામાં કેમ ન આવે? એ પણ દરિયાઈ મુસાફરી જ છે ને? આફ્રિકા જતા માણસો પોતાના ફોટા છાપાંમાં છપાવે તો પછી મુંબઈથી ભાવનગર કે કરાંચી જતા શા માટે ફોટા નથી છપાવતા? સ્ટીમર રસ્તે જાઓ તો શું આ દરિયાઈ મુસાફરી નથી?

થોડા વખત પહેલાં એક શેઠના ફોટા નીચે એમ લખાયેલું હતું કે શેઠ યુરોપના પ્રવાસે છઠ્ઠી વાર જઈ રહ્યા છે. એ તો અનેક જાતના ઉદ્યોગોમાં સંકળાયેલા છે. એમની પત્ની પણ આ વખતે સાથે જાય છે.

આ તે કેવા પ્રકારની જાહેરાત છે? એમની સાથે પત્ની જાય કે રસોઇયો જાય એમાં આપણને શું લેવા-દેવા? પત્નીને મોડે મોડે ભાન આવ્યું હશે કે શેઠને હવે એકલા જવા દેવામાં ફાયદો નથી. એટલે તેણે હઠ પકડી હશે.

ત્યાં જઈને દેશમાં કંઈ નવાં કારખાનાં ખોલવાનાં હોય કે કંઈ શીખવાનું હોય તો તે જુદી વાત છે પણ એવું તો કંઈ દેખાતું નથી. લડાઈ પછી પૈસા આવ્યા છે એનું આ પરિણામ છે. અમેરિકા જવાની ફૅશન પડી ગઈ છે. 'હું અમેરિકા જાઉં છું.' એમ કહેતાં આવા લોકો જરા અભિમાનમાં ફુલાય છે પણ એમાં ફુલાવા જેવું શું છે? થોડા દિવસ પહેલાં મારો એક મિત્ર આવ્યો અને જરા રુઆબમાં મને કહ્યું:

'હું આવતા પંદર દિવસમાં ઊડવાનો છું.'

ખરું કહું તો પહેલાં હું કંઈ સમજ્યો જ નહીં. મેં માન્યું કે ચક્કર ખસી ગયું હશે. ઊડશે તો હાડકાં ભાંગી જશે; જેમ ટૉલ્સ્ટૉયના પગ ઊડવાનો અખતરો કરતાં ભાંગી ગયા હતા તેમ. થોડી વાર પછી તેણે વાત સ્પષ્ટ કરતાં કહ્યું:

'હું ઍરોપ્લેન મળે તો વહેલી તકે અમેરિકા પહોંચી જવા તૈયાર છું.'

મેં પૂછ્યું, 'કેમ કંઈ ઉતાવળ છે? ત્યાંના પ્રમુખે તને બોલાવ્યો છે?'

'ના, હું અભ્યાસ માટે જાઉં છું.'

'શેનો અભ્યાસ?'

'કટિંગનો.'

હું કંઈ સમજ્યો નહીં. તેણે મને સમજાવવાનો પ્રયત્ન કરતાં કહ્યું:

'ત્યાં કપડાં અને બ્લાઉઝ કેમ કટ કરવાં તે શીખવા જાઉં છું.'

આ જવાબ સાંભળ્યા પછી મને થયું કે ઈશ્વરે આપણને આનંદ આપવા માટે જ આવાં વિચિત્ર ભેજાંઓ તૈયાર કર્યાં હોવાં જોઈએ. મેં એને મશ્કરીમાં કહ્યું:

'તો પછી ભલા માણસ, સાથે હેરકટિંગનું કામ પણ શીખતો આવજે.'

બે દિવસ પહેલાં હું ઍરોડ્રામ ઉપર ગયો હતો, કારણ કે મારા મિત્રનો નાનો ભાઈ અભ્યાસ કરવા માટે અમેરિકા જતો હતો. અહીં અચાનક એક મિત્ર મળી ગયો. મેં પૂછ્યું, 'શું તું પણ અમેરિકા જાય છે?'

'હા, ગળામાં કૅન્સર થયું છે એટલે ઑપરેશન માટે જાઉં છું.' ગર્વથી તેણે કહ્યું:

કરોડપતિનો દીકરો. કૅન્સર થયું એટલે બિચારો અમેરિકા ન જાય તો ક્યાં જાય? અને બાપના પૈસા ખૂટે પણ કેવી રીતે? કોઈ પણ હિસાબે વાપરવા તો જોઈએ ને! સાથે એના ફૅમિલી ડૉક્ટર પણ હતા, મને થયું કે ડૉક્ટરે અમેરિકા જવાનું ભૂત આ છોકરામાં ભરાવ્યું હશે, કારણ કે ડૉક્ટર પોતે જ ત્યાં જવા ઇચ્છતો હશે, મોટાં કુટુંબોમાં ડૉક્ટરો પોતાનું ધાર્યું કરાવી શકે છે. હવે એનું કૅન્સર કેવું હતું એ તો એ જાણે અને એનો ડૉક્ટર જાણે. પણ ઍરોપ્લેન ઊપડ્યું એ પહેલાં અર્ધા કલાકમાં આ છોકરો પાંચેક સિગારેટ પી ગયો હતો. કૅન્સર એને ગળામાં થયું હતું!

ગઈ કાલે જ અમારા ઓળખીતાનો રાત્રે ટેલિફોન આવ્યો. તેમાં તેણે જણાવ્યું કે પોતે અમેરિકા જઈ રહ્યા છે. મેં પૂછ્યું:

'કેમ અચાનક?'

જવાબ મળ્યો: 'મારી વાઇફની એવી ઇચ્છા છે કે આ વખતે સુવાવડ ત્યાં કરવી.'

બે દિવસ પછી છાપામાં દંપતીનો ફોટો આવ્યો હતો અને નીચે લખ્યું હતું કે 'ઉદ્યોગના વિકાસ અર્થે તેઓ અમેરિકા ઊપડી ગયાં છે.'

આજની યુવતીઓને પણ અમેરિકા જવાનો શોખ લાગ્યો છે. બી. એ. પાસ થયા પછી મારા દોસ્તની એક બહેન અમેરિકા જવા તૈયાર થઈ છે. હોટેલમાં અમે બંને ચા લેતાં હતા ત્યારે તેણે કહ્યું:

'ચંદ્રજ્યોતિ અમેરિકા જાય છે.'

કાળીચૌદશ જેવી આ ચંદ્રજ્યોતિ પણ પરદેશ ઊપડી રહી છે એ જાણીને મને આનંદ થયો, મેં પૂછ્યું:

'કેમ કોઈ ઉદ્યોગની ખિલવણી અર્થે જઈ રહી છે કે શું?'

કંટાળીને મારી સમક્ષ હૃદય ખોલ્યું. તેણે જવાબ આપ્યો: 'ના યાર, એના

મગજમાં ત્યાં જઈને સોશિયોલૉજીનો અભ્યાસ કરવાનું ભૂત ભરાયું છે. ભલે બે વર્ષ માટે જતી; મારે એટલી નિરાંત.'

'તું આમ કેમ બોલે છે?'

'ત્યારે શું! બી. એ. થયા પછી એને માટે ઘણાં માંગાં આવ્યાં પણ બહેને હા પાડી જ નહીં. એને પરણી શકે એવા બધા છોકરા પરણી ગયા છે અને હવે જ્યારે બહેનને પરણવાનું મન થયું છે ત્યારે કોઈ છોકરા જડતા નથી. કોઈ પુછાવતું પણ નથી. હમણાં વળી અભ્યાસ કરવાનું મન થયું એટલે મેં તરત જ હા પાડી દીધી. ભલે ત્યાં જતી, ઘણા છોકરા ત્યાં ગયા છે, કોઈની સાથે દોસ્તી બાંધીને ઠેકાણે પડી જાય તો મારે એટલી ચિંતા ઓછી કરવાની.'

મિત્રની આ સત્ય હકીકત મને ગમી અને મેં મનમાં આશીર્વાદ આપ્યા કે, આ ચંદ્રજ્યોતિને કોઈ સૂર્યકુમાર મળી જાઓ અને એના ભાઈની ચિંતા દૂર થાઓ.

આમ પરદેશ જવાથી અને તેમાંયે ખાસ અમેરિકા જવાથી માણસ ઉપર એક જાતનું Polish– પૉલિશ આવી જાય છે એમ ઘણાની માન્યતા છે, આવતું હશે! પણ અમારા જૂના સંબંધી પાંચ વર્ષ અમેરિકા રહ્યા છે અને આજે તમે એમને મળો તો તમને એમ જ લાગે કે આ માણસ કોઈ ગામડામાંથી જ આવતો લાગે છે. વર્તન કે રીતભાતમાં જરા પણ ફેરફાર થયો નથી. આ ઉપરથી એમ લાગે છે કે ઘણાં માણસો પરદેશમાં પાર્સલની જેમ ફરી આવતા હોવા જોઈએ.

મારા બૂટને રોજ પૉલિશ કરનાર છોકરાને મેં એક દિવસ ગુસ્સામાં કહેલું કે, 'તું બરાબર પૉલિશ કરતો નથી. જરા પણ ચળકાટ દેખાતો નથી.'

તેણે ઠાવકાઈથી જવાબ આપેલો કે, 'સાહેબ, બૂટનું ચામડું ખરાબ છે. એ તો જેવું ચામડું એવો ચળકાટ.'

બીજું તો કંઈ નહીં પણ કેટલાકના જીવન ઉપર તો પરદેશમાંથી આવ્યા પછી એટલું બધું પાલિશ આવી જાય છે કે આપણને હરઘડીએ એમની વાતોમાંથી આ ચળકાટ જ આંખ આગળ તર્યા કરે છે. હમણાં જ એક મિત્ર અમેરિકામાં દસ વર્ષ ગાળીને હિંદમાં આવ્યા છે. હવે સ્વદેશમાં જ રહેવા માગે છે અને માતૃભૂમિની સેવા કરવાનો ઉત્તમ વિચાર ધરાવે છે. આંતરરાષ્ટ્રીય રાજકારણના જાણે અઠંગ અભ્યાસી હોય એમ તે બોલે છે અને આ વિષય ઉપર વાત કરતાં તેઓ અંતમાં એવી છાપ પાડવાનો પ્રયત્ન કરે છે કે જાણે પોતે કોઈ મહાન દેશનેતા હોય. એમની વાતચીત, રીતભાત અને વસ્ત્રો ધારણ કરવાની શૈલી, આ બધું જોતાં આપણને એક જાતનો ચળકાટ જ નજરે ચડ્યા કરે, આપણી અને એની વચ્ચે જાણે માઈલોનું અંતર હોય એમ આપણને લાગ્યા કરે અને

દર દસ વાક્યે એક વાક્ય એવું આવે કે જેમાં આપણા દેશનેતાઓને શિખામણ આપી હોય. તેમણે મને કહ્યું:

'હું હિંદની સેવા કરવા માગું છું. પણ તમારા દેશમાં મકાનોની બહુ ખેંચ છે.'

આ સાંભળીને મને ગુસ્સો ચડ્યો પણ મેં દાબી રાખ્યો. સહેજ ટોણો મારતાં કહ્યું:

'જી, આપણા દેશમાં કહો.'

'અરે હા, આપણા દેશમાં! માફ કરજો હો. અમેરિકામાં વર્ષો સુધી રહ્યો એટલે આમ બોલી જવાય છે.' તેમણે અંગ્રેજીમાં જવાબ આપ્યો અને પોતાની ભૂલ થઈ ગઈ છે એ માટે દિલગીરી દર્શાવી. ગમે તેમ હો, પણ કોઈ માણસ જ્યારે અંગ્રેજી ભાષામાં પોતાની દિલગીરી દર્શાવે છે ત્યારે મને એમાં દંભ અને બનાવટનાં જ દર્શન થાય છે. સંભવ છે કે મારી આ માન્યતા ખોટી પણ હોય.

હિંદમાં જન્મેલા પણ અમેરિકન જેવા થઈ ગયેલા મારા દેશપ્રેમી મિત્રે કહ્યું:

'તો પછી મારે રહેવું ક્યાં? મુંબઈમાં તો ક્યાંય મકાન મળતું નથી. હાં, તમે મારે ખાતર એટલું કામ કરશો?'

'શું?'

'તાજમહાલ હોટેલમાં તપાસ કરાવોને; ત્યાં રહેવાનું મળશે તો મને ફાવશે!'

હિંદ જેવા ગરીબ દેશની સેવા કરવા આવનાર રાજકારણના આ અઠંગ અભ્યાસીની આ વાતમાં મને ઘણો જ ચળકાટ લાગ્યો, પછી તો મેં તેમને સાફ વાત સુણાવી:

'જુઓ બિરાદર, આપણા દેશની સેવા કરવાની ધગશ હોય તો તાજમહાલ નહીં પણ યવતમાળનું કોઈ ગામડું પસંદ કરો.'

આમ આ દોસ્તના જીવનને વધારે પડતું પૉલિશ લાગી ગયું છે; કંઈ નહીં, સમજુ માણસ છે એટલે દેશની હવા થોડો વખત ખાશે તો ધ્યાનમાં આવી જશે કે હિંદની સેવા બંગલાઓમાં વસીને નહીં પણ ગામડાંઓમાં રહીને થઈ શકે એમ છે.

આજકાલ દેશમાં પરદેશ જવાનો જે પવન ફૂંકાયો છે એની પાછળ જો સ્વાર્થ હોય તો પછી છાપાંઓમાં એવું છપાવવાની જરૂર નથી કે શેઠ ઉદ્યોગના વિકાસ અર્થે જઈ રહ્યા છે. પરદેશી વસ્તુઓની એજન્સીઓ લઈ આવો અને નફો ખાઈને દેશના ખૂણે ખૂણે પરદેશી માલનો ફેલાવો કરો એમાં જો તમે ઉદ્યોગની ખિલવણી દેખતા હો તો તે આપણા દેશના ઉદ્યોગની નહીં પણ પરદેશના ઉદ્યોગની ખિલવણી થઈ રહી છે.

દેશના ઉદ્યોગ તરફ આંખમિચામણાં કરનાર આ ધનપતિઓએ જાણી લેવું

જોઈએ કે તેઓ પરદેશી માલના એજન્ટ બનીને ભારતની કાયા ચૂંથી નાખવાનો ઇજારો લઈને બેઠા છે,

તમારા પરદેશગમન પાછળ જો આ જ હેતુ હોય તો અમે તમારા ફોટાઓ જોવા નથી માગતા. પછી ભલે તમે અમેરિકા જાઓ કે ફ્રાન્સ અને ઇંગ્લાંડ વચ્ચેની ખાડીમાં પડો!

* * *

૧૧ મન તો સદા જુવાન છે

માણસનું મન એ ખરેખર વિચિત્ર છે; જુઓ તો ખરા, કોઈ દિવસ નહીં અને આજે હું કોઈના મનીઑર્ડરની રાહ જોવા લાગ્યો: જોકે આપણને કોઈ એવી રીતે પૈસા મોકલે એવો દાનવીર આ દુનિયામાં પાક્યો નથી છતાં પણ છેલ્લા બે દિવસમાં આડોશપાડોશમાં બે-ચાર મનીઑર્ડર આવ્યાં એટલે મારું મન પણ એવા જ વિચાર કરવા લાગ્યું. વારંવાર એમ થવા લાગ્યું કે આજે કોઈ હરિનો લાલ પોસ્ટથી પૈસા મોકલી આપે તો કેવું સારું! પણ કોણે એવાં પુણ્ય કર્યાં હોય કે મારા જેવા ભાગ્યશાળી માણસને એમ ને એમ પૈસા મોકલે!

આખરે ગમે તેમ તોપણ મન! ન કરવાના વિચાર કર્યા કરે એવો એનો સ્વભાવ છે. આ અમારો મિત્ર પ્રેમચંદ; પોતે જાણે છે કે પેલી છોકરીને આ ભવે તો શું પણ આવતા ભવે પણ પરણી શકે એમ નથી છતાં પણ એના જ વિચારમાં એનું મન ચોવીસે કલાક પરોવાયેલું રહે છે. મેં એને ઘણી વાર કહ્યું કે, 'ભાઈ પ્રેમચંદ, તું એના વિચાર છોડી દે. આપણને આવો પચાસ ટકા પ્રેમ પાલવે નહીં.' તેણે જવાબ આપેલો કે, 'તું શું જાણે અમારા દર્દની વાત! જિગરમાં જાપાની જ્યૉર્જેટની જેમ દરેક જગ્યાએ કાણાં પડી ગયાં છે.' મેં સલાહ આપેલી કે 'દોસ્ત, તારા જેવા પચાસ ટકાના મજનૂઓ આ દુનિયામાં ખરેખર દુઃખી થવા સર્જાયા છે. જિગરમાં કાણાં પડી ગયાં હોય તો સિમેન્ટ પૂરી દે અને વાતને ભૂલી જા.'

તેણે જવાબ આપેલો, 'જેને તું દુઃખ ગણે છે એને હું પરમ સુખ ગણું છું. એમ તો મેં મારા મનને આ બાબતમાંથી પાછું ખેંચી લેવાનો ઘણો પ્રયત્ન કરેલો પણ એ બધું નિષ્ફળ ગયું છે. હવે તો હું આ દર્દને મારી શોભા ગણું

છું. છોકરી મળે કે ન મળે, પણ મારો એની સાથે પ્રેમ થઈ ગયો છે અને તે કાયમ રહેવાનો છે.'

આજે મને પણ ખબર પડી ગઈ કે જો એક બાબતમાં મન ચોંટ્યું તો એને ત્યાંથી પાછું વાળવું એ મહામુશ્કેલીનું કામ છે. એ વખતે હું પ્રેમચંદના શબ્દો ઉપર હસ્યો હતો પણ આજે હું મારા મનને મનાવવા બેઠો કે, 'હે મનડા! તું શા માટે મનીઑર્ડરની રાહ જુએ છે. કયો કાકો તને પૈસા મોકલવાનો છે? શા માટે પળે પળે પોસ્ટમૅનના આગમન માટે ઝૂર્યા કરે છે? હે ભૂંડા પૈસા તો આજે છે અને કાલે નથી. શાંત થા; શાંત થા.'

પણ એ માન્યું જ નહીં અને એવામાં ટપાલી આવી ચડ્યો. વગર કારણે એને જોઈને મન આનંદમાં આવી ગયું. મેં ટપાલીને પૂછ્યું:

'કેમ મનીઑર્ડર છે?'

'હા સાહેબ; છે.'

આ શબ્દો પૂરા થયા કે તરત જ મેં મારા ખિસ્સામાંથી છેલ્લી ચાર આની એના હાથમાં મૂકી દીધી અને સહી કરવા આતુર બનીને ઊભો રહ્યો. ટપાલીએ સલામ કરીને ચાર આના ખિસ્સામાં મૂક્યા અને ચાલવાનું શરૂ કર્યું. મેં કહ્યું:

'પણ... પણ... પૈસા તો લાવ, હું સહી કરવા તૈયાર છું.'

ટપાલીએ સ્મિત સાથે જવાબ આપ્યો, 'સાહેબ, મનીઑર્ડર તો છે પણ બીજાનું છે.'

આટલું કહીને તે હસી પડ્યો અને મારા મુખ ઉપરથી આનંદ ઊડી ગયો. મેં જરા ગુસ્સામાં કહ્યું: 'લાવ ચાર આના પાછા.'

'સાહેબ, આ વખતે તમે હોળીની બોણી નથી આપી એટલે ચાર આના ચાલશે.'

હવે બિચારા ટપાલીને ક્યાંથી ખબર પડે કે આપણો મામલો તળિયાઝાટક થઈ ગયો છે. એને એમ પણ કેમ કહેવાય કે સરકાર માબાપે છાપેલી વાઘછાપની આ છેલ્લી જ ચાર આની છે અને હું કહું તો તે માને પણ ખરો? સાચે જ મધ્યમ વર્ગના માણસની સ્થિતિ મૂંગાને સ્વપ્ન આવ્યા જેવી છે. સમજી સમજીને મનમાં પસ્તાવું! જાણે બે-પાંચ હજાર એક જ સોદામાં ચાલ્યા ગયા હોય એવી મારા મનની સ્થિતિ થઈ ગઈ. ટપાલી બોલી ઊઠ્યો:

'સાહેબ એમ તો આપના નામનું વી. પી. પણ આવેલું છે. કોઈએ માસિક મોકલ્યું હોય એમ લાગે છે, પણ તમે નહીં સ્વીકારો એ સમજીને જ મેં તમને વાત કરી નથી.'

પોસ્ટમૅનની બુદ્ધિ ઉપર હું ફિદા થઈ ગયો. મેં કહ્યું: 'વાહ દોસ્ત, તું પણ

ઘણો સમજુ માણસ છો. ચાર આના લઈ જા અને પેલા માસિક ઉપર લખી નાખજે કે માલિક ગઈ કાલે જ પૈસાની તંગીને લીધે ગુજરી ગયા છે.'

'અરે સાહેબ, એવું શા માટે બોલો છો? હું લખી નાખીશ કે માલિક પૈસા કમાવા બહારગામ ગયા છે, સરનામાનો પત્તો નથી.'

'તારી મરજી પડે એમ કરજે પણ મહેરબાની કરીને હમણાં વી. પી. લાવતો નહીં. કોઈનું આવ્યું હોય તો મને કહેતો પણ નહીં.'

પોસ્ટમૅન હસતાં હસતાં ચાલ્યો ગયો અને હું વિચાર કરવા લાગ્યો કે જીવનનું આ નાવ પૈસાનાં હલેસાં વિના આગળ વધવું મુશ્કેલ છે. આમ વિચાર કરતો હતો ત્યાં મારા કરસનકાકાનો નોકર આવ્યો અને મને ચિઠ્ઠી આપી. એમાં લખ્યું હતું કે:

પ્રિય ભાઈ,

મારા જીવનમાં એક અજબ પ્રસંગ બની ગયો છે, જેમ બને તેમ તું જલદી ઘેર આવ. તારી હાજરીની ખાસ જરૂર છે. કોટ પહેરીને આવ તો જોડા પહેરવા રોકાતો નહીં અને જોડા પહેરીને આવ તો ખમીસ પહેરવા રોકાતો નહીં.

લિ. તને દીર્ઘાયુ ઇચ્છતો તારો કાકો,
કરસનદાસ

કાગળ વાંચીને જ હું ઊંડા વિચારમાં પડી ગયો. મને થયું કે કોઈ મરી તો નહીં ગયું હોય ને! પણ કાકાના કુટુંબમાં એમના સિવાય મરવા જેવું તો કોઈ છે નહીં એ વાત યાદ આવતાં મનને શાંતિ થઈ. વિચારો પાછળ વખત બગાડવા જેવું લાગ્યું નહીં. હું એમ ને એમ બહાર નીકળી પડ્યો. ન પહેર્યા જોડા કે ન પહેર્યો કોટ!

ગભરાટમાં અને ઉતાવળમાં ચાલ્યો જતો હતો ત્યાં મારા જૂના મિત્ર શ્યામસુંદર મળ્યા. મારી હાલત અને દેખાવ જોઈને તેણે મને અચકાતાં અચકાતાં પૂછ્યું:

'કેમ ભાઈ, ક્યાંય આભડવા જાઓ છો?'

મેં એને કાકાની ચિઠ્ઠી વંચાવી અને કહ્યું, 'દોસ્ત, કંઈ ખબર પડતી નથી. આમાં આભડવા જેવું છે કે ખરખરો કરવા જેવું એ કંઈ સમજાતું નથી. તને શું લાગે છે?'

ઊંડો વિચાર કર્યા પછી તેણે જવાબ આપ્યો, 'મને તો આમાં બંને લાગે છે. ચાલો હું પણ તમારી સાથે આવું છું. જરૂર પડશે તો કામમાં મદદ કરીશ.

એમાં શું! મિત્ર તરીકે મારી ફરજ છે.'

મેં કહ્યું: 'ભલા માણસ, પહેલાં જોઈએ તો ખરા કે શું મોકાણ છે પછી, આપણે નક્કી કરીશું'

'ભલે એમ રાખો. ચાલો આપણે ટ્રામમાં બેસી જઈએ.'

મેં મારી પરિસ્થિતિ જાણીને જવાબ આપ્યો. 'ટ્રામમાં નથી બેસવું. એ લોકો થોડા વખતમાં હડતાળ પાડવાના છે એટલે હું એમની પ્રત્યે સહાનુભૂતિ દર્શાવવા માગું છું. ચાલવાથી ઘણા ફાયદા થાય છે. રસ્તો જલદી ખૂટે એટલા માટે તમે કંઈ વાત શરૂ કરો.'

તેણે કહ્યું: 'તમારા વિચારો ઉમદા છે.'

'હા, સંજોગોને અનુસરીને મેં વિચારોને હમણાં ઉમદા બનાવી દીધા છે. તમે કંઈ વાત શરૂ કરો.'

તેણે કહ્યું, 'ગઈ કાલે એક જગ્યાએ જલસો હતો. ત્યાં મેં ખરખરો કરવા વિશે જ વાત કરી હતી.'

'શું?'

એક વખત તમારી જેમ એક ભાઈ ઉતાવળમાં ચાલ્યા જતા હતા. કારણ કે એને એક જગ્યાએ ખરખરો કરવા જવું હતું. રસ્તામાં બે મિત્રો મળ્યા. મિત્રોએ પૂછ્યું, 'ક્યાં ચાલ્યા?' તેણે જવાબ આપ્યો, 'મારા શેઠનો જમાઈ મરી ગયો છે એટલે ખરખરો કરવા જાઉં છું.'

પેલા બે જણા શેઠને ઓળખતા હતા. એકે કહ્યું: 'અરરર, પાનાચંદ શેઠનો જમાઈ ગયો! ભારે ભૂંડી થઈ ગઈ. અમને તો ખબર પણ નહીં. શું છાપામાં છપાયું નહોતું? ચાલો, અમે પણ તમારી સાથે આવીએ. આવા કામમાં એકસાથે બે ભલા.

ત્રણે શેઠના ઘર તરફ ચાલી નીકળ્યા. આ ત્રણેમાંથી કોઈ પણ વખાણવા જેવું પાત્ર હતું નહીં, કારણ કે દરેકે પોતાની બુદ્ધિ ગિરવે મૂકી દીધી હતી. દીવાનખાનામાં શેઠ એકલા બેઠા હતા ત્યાં લોકો આવી પહોંચ્યા. મુખ ગંભીર રાખીને એક જણ બોલ્યો:

'શેઠસાહેબ, ખોટું થઈ ગયું પણ શું થાય? મોત આગળ કોઈનું ચાલ્યું છે? જિંદગી તો પરપોટા જેવી છે, ક્યારે ફૂટી જાય તે કહેવાય નહીં. બિચારા જમાઈ આઠ દિવસની માંદગીમાં જ ગુજરી ગયા. કેવા સારા માણસ હતા! આઠ દિવસને બદલે આઠ મહિના માંદગી લંબાઈ હોત તો વાંધો ન હતો. એટલો વખત તો આ દુનિયામાં મઝા કરત ને! થયું; કોણ વધુ જીવવાનું છે કે તમારા જમાઈ...

શેઠસાહેબ, બીજું તો કંઈ નહીં પણ સાંભળ્યું છે કે એમને બાળતી વખતે તમે લાકડાંનો જરા લોભ કર્યો હતો, થઈ જાય, માણસનું મન છે અને...'

આવો બફાટ સાંભળીને બીજા માણસે પહેલાંને વચમાંથી જ બોલતો બંધ કર્યો અને શેઠની માફી માગતાં કહ્યું:

'શેઠસાહેબ, માફ કરજો, આ માણસમાં બુદ્ધિની ખામી છે. એને ખરખરો કરતાં નથી આવડતું. તમારા જમાઈ કહ્યા વિના મરી ગયા એ બહુ ખોટું થયું. આ ભાઈએ બફાટ કર્યો એ પણ ખોટું થયું અને તમે કંઈ પણ બોલ્યા નહીં એ પણ ખોટું થયું, દુનિયા તો પંખીનો માળો છે. કોણ ક્યારે ઊડી જશે એ કંઈ કહેવાય છે? આવતી કાલે તમે પણ ઊડી જાઓ. સંસારમાં કંઈ સાર નથી; જે બધું દેખાય છે તે સર્વ મિથ્યા છે. મારું કહીને માન્યું એનું આ દુઃખ છે. આ વખતે લાકડાં ઓછાં વાપર્યાં હોય તો હવે બીજા જમાઈના મૃત્યુ વખતે વધુ વાપરજો. કર્યું એટલું સાથે, બીજું તો ઠીક પણ હવે બીજા જમાઈ માંદા પડે તો અમને જરૂર સેવા કરવા બોલાવજો. આ વખતની જેમ અંધારામાં રાખતા નહીં.'

આ સાંભળીને ત્રીજો માણસ ચિડાઈ ગયો અને પેલાને બોલતો બંધ કરીને શેઠને કહ્યું: 'સાહેબ માફ કરજો. આ લોકોને બોલતાં આવડતું નથી: બંને મૂર્ખા છે, શેઠસાહેબ, ભારે ખોટું થયું, આ પહેલાં બોલ્યો એ પણ ખોટું થયું, બીજાએ બોલવામાં બગાડી નાખ્યું એ પણ ખોટું થયું. અને આવાં વચનો સાંભળીને તમને મનમાં દુઃખ થયું હશે એ પણ ખોટું થયું. દુઃખ જ્યારે આવી પડે છે ત્યારે એકીસાથે આવી પડે છે હો. તમારો જમાઈ જેવો તો આ દુનિયામાં માણસ થયો નથી. મુંબઈના બધા ગુંડાઓ તેને પ્યાર કરતા હતા. દીકરો મરે અને જમાઈ મરે એ બધું એક જ છે. તમારી જગ્યાએ કોઈ બીજો હોય તો એક રાતમાં ફાટી પડે; આ તો તમે કઠણ કાળજું રાખીને બેઠા છો એટલે સહન થઈ શકે એમ છે. મારા જેવાનો જુવાનજોધ જમાઈ જમના જડબામાં જઈ ચડે તો હું આપઘાત જ કરી નાખું. તમે જો આપઘાત કરવાનો વિચાર કરતા હો તો હમણાં મુલતવી રાખજો, કારણ કે હજી ત્રણ દીકરીઓ કુંવારી છે. તમે કોઈ વાતે ગભરાતા નહીં. જમાઈ ગયો તો ભલે ગયો; હવે અમને જ તમારા જમાઈ જેવા ગણજો.'

અને આ છેલ્લું વાક્ય સાંભળીને હું ખડખડાટ હસી પડ્યો, કાકાનું ઘર આવી ગયું હતું. મેં શ્યામસુંદરને કહ્યું:

'તમે નીચેની હોટેલમાં બેસજો: 'હું જઈને તપાસ કરું છું. જો કંઈ ખરખરો કરવા જેવું હશે તો જ તમને બોલાવીશ.'

શ્યામસુંદરે કહ્યું: 'ભલે ત્યારે, ફતેહ કરો. કોઈ વાતે મૂંઝાતા નહીં. લગ્નથી

માંડી સ્મશાન સુધી હું કામે લાગું એવો માણસ છું. તમે ઉપર જાઓ. હું આ
હોટેલમાં એકાદ સિંગલ પીતો બેઠો છું.'

ઉતાવળે પગલે હું કાકાના ઓરડામાં પહોંચી ગયો અને જોયું તો કાકા પાન
ચાવતા હતા. મુખ ઉપર જાણે જુવાની પાછી ફરતી હોય એવા ભાવ હતા. મેં
પૂછ્યું: 'કેમ કાકા, શું થયું છે? કંઈ.'

કાકાએ જવાબ આપ્યો, 'તારું ખાસ કામ છે એટલે તો તને જલદી બોલાવ્યો
છે. હું ગઈ કાલે જામખંભાળિયાથી આવ્યો. આપણા ભનાભાઈનાં લગ્ન પતી ગયાં.'

'વાહ, બહુ સારું, પણ એમાં મારું શું કામ છે? મને એકદમ કેમ બોલાવ્યો?'

'હું મૂળ મુદ્દા પર આવું છું. સાંભળ, નાના ભાઈની જાનમાં હું ગયેલો પણ
ત્યાં મેં પણ લગ્ન કરી નાખ્યું છે. તારી કાકી આવી ગઈ છે.'

જાણે પરદેશથી માલ આવી ગયો હોય એવી રીતે કાકા છેલ્લું વાક્ય બોલી
ગયા. આ ઉંમરે કાકી આવે એ જાણીને મને ખૂબ નવાઈ લાગી. થોડા દિવસ
પહેલાં જ કાકા મારી પાસે હિમાલયમાં પાછલું જીવન ગાળવાની વાતો કરતાં
હતાં. મેં પૂછ્યું:

'તમે તો બદરીકેદારની જાત્રાએ જવાના હતા તેનું શું?'

કાકાએ મનની ફિલસૂફી સમજાવતાં મને કહ્યું: 'ભાઈ, માણસ વૃદ્ધ થાય છે
પણ તેથી મન વૃદ્ધ થતું નથી. માણસનું મન તો સદા જુવાન છે. મનની જે જુવાની
જાણી શકે છે એને વૃદ્ધાવસ્થા કદી સ્પર્શી શકતી નથી. જામખંભાળિયામાં કોઈએ
એક બાઈ વિશે વાત કરી, મેં જોઈ, ગમી ગઈ અને ત્રણ કલાકમાં કામકાજ
ઉકેલી નાખ્યું. સંસાર એક મહાન યાત્રા જ છે. બેટા, તારે હવે એક કામ કરવાનું
છે. અમારા બંનેનો ફોટો તારે છાપામાં છપાવવાનો છે.'

આટલું કહીને કાકાએ મને ફોટો બતાવ્યો. ફોટામાં બેઠેલાં કાકીને જોઈને
મેં પૂછ્યું:

'આ મારી કાકી છોકરી નથી લાગતી પણ મોટી બૈરી જેવી લાગે છે.'

'હા તારી વાત સાચી છે. મેં વિધવા-લગ્ન કર્યું છે. મારા જેવા સમાજસુધારકને
આવું જ કાર્ય શોભે.'

મેં જરા ઊંચા સાદે કહ્યું: 'અરે કાકા વિધવાલગ્ન કરનારના તે ફોટા છાપામાં
આવતા હશે! એ તો પહેલી વાર પરણે એના જ ફોટા આવે.'

'એ તારી ભૂલ છે. છાપાંવાળાઓ તો ગમે એવા ફોટા અને ગમે એવી જાહેરાતો
છાપે છે. એમને તો પૈસા મળે એટલે બસ. આપણે પણ પૈસા આપવા છે.'

'મને તમારો વિચાર જરા પણ પસંદ નથી.'

'એ તારે નથી જોવાનું. આજકાલ લગ્ન કર્યા પછી છાપામાં ફોટો આપવાનો રિવાજ પડી ગયો છે એટલે આપણે આપવો જોઈએ. માણસની બૈરીનો ફોટો જિંદગીમાં એક જ વખત આવે છે. ફરી ક્યાં આવવાનો છે! ભલેને બિચારી ખુશ થાય.'

કાકાના આગ્રહ પાસે મારું કંઈ ચાલે એમ ન હતું. ફોટો લીધો અને મેં કાકાને પૂછ્યું: 'આ ફોટા નીચે શું લખું?'

'લખજે કે શ્રી કરસનદાસભાઈનાં લગ્ન... અરે ભૂલ્યો. એમ કે જાણીતા સમાજસેવક શ્રી કરસનભાઈનાં શુભ લગ્ન શ્રીમતી રંભાગૌરી સાથે ધામધૂમથી જામખંભાળિયામાં ઊજવાયાં છે.'

'પણ આમાં ધામધૂમ ક્યાંથી આવી?'

'એ તો એમ જ લખાય. આવા દરેક સમાચારમાં "ધામધૂમ" શબ્દ ખાસ આવવો જ જોઈએ. અને બેટા, વાજાં વાગે કે ન વાગે પણ લગ્ન એ તો એક પ્રકારની ધામધૂમ જ છે. એમાં તું નહીં સમજે. હાં. બીજું લખાવજે કે શ્રીમતી રંભાગૌરી ઘણાં જ સંસ્કારી અને સુશિક્ષિત છે.'

મેં પૂછ્યું: 'સુશિક્ષિત છે એટલે કેટલું ભણ્યાં છે? શું મારાં કાકી બી. એ. થયેલાં છે?'

કાકા સહેજ ઉશ્કેરાઈને બોલ્યા: 'તું આ બધી પંચાત ન કર. ગમે એટલું ભણ્યાં હોય પણ આવા સમાચારમાં સંસ્કારી અને સુશિક્ષિત શબ્દો આવવા જ જોઈએ. બીજું એ પણ લખજે કે આ લગ્નસમારંભ વખતે જામસાહેબને ખાસ આમંત્રણ આપવાનું હતું પણ તેઓ વેપારની બાબતમાં રોકાયેલા હોવાથી એમને બોલાવ્યા ન હતા. અને નવદંપતી લગ્ન પછી મધુરજની ગાળવા માટે આફ્રિકા જવાનાં હતાં પણ સમાજના અગત્યના રોકાણને લીધે એ વિચાર હમણાં માંડી વાળ્યો છે.'

મેં પૂછ્યું: 'કાકા, આવું તે લખાણ હોય?'

'હા, હોય. તું જલદી પ્રેસમાં જા. પૈસા લઈ જા.'

બાજુની રૂમમાં બેઠેલાં કાકીને જોયા વિના જ હું ફોટો લઈ નીચે ઊતરી ગયો. શ્યામસુંદરને બધી વાત કરી; બંને ખૂબ હસ્યા અને કાકાએ આપેલા પૈસાથી પહેલાં તો ચાપાણી પીધાં, પછી હું 'શહેર સમાચાર'ની ઑફિસ તરફ ચાલતો થયો.

* * *

૧૨ રજા આપીને પગાર વધાર્યો

આજકાલ અમારી ચાલમાં જાતજાતના ફેરિયાઓ આવી ચડે છે; પુરુષો જ્યારે કામ ઉપર જાય છે અને પછી બૈરાંઓ નવરાં થાય છે કે તરત જ બંગડીવાળાઓ, જોષીઓ, પૂરીપકોડીવાળા, ઘી વેચવાવાળી વાઘરણો, જૂનાં છાપાં લેવાવાળા, ખાલી શીશીઓ તથા ડબ્બા ખરીદનારા, પાકી તેમ જ કાચી કેરી વેચનારા વગેરે ફરતા વેપારીઓ ચાલને ગજાવી મૂકે છે.

પોતાનો માલ વેચવામાં આ લોકો ભારે ચાલાક હોય છે અને તેમાંય ઘી વેચવાવાળી વાઘરણો તો ભારે ઉસ્તાદ હોય છે. નાનું એવું માટીનું હાંડલું માથા ઉપર મૂકીને એ ચાલમાં દાખલ થશે, જાણે પોતે મુંબઈથી તદ્દન અજાણી હોય એવો દેખાવ કરશે અને એકાદ માણસને પૂછશે:

'ભાઈ, આજકાલ ઘીનો શું ભાવ ચાલે છે? અમે તો અજાણ્યા માણસ છીએ; કાઠિયાવાડમાંથી ઢોર લઈને આવી પહોંચ્યાં છીએ. અહીંથી ૨૦ ગાઉ દૂર જંગલમાં ઊતર્યાં છીએ. શું કરીએ મા-બાપ, દેશમાં દાણો તેમ જ ઘાસ મળતું નથી. આ થોડું ભેંસનું ઘી છે તે વેચી નાખવાનું છે.'

આવી રીતે શરૂઆત કરશે. એવી સરસ રીતે એ બોલે છે કે સાંભળનારાને એમ જ લાગે, કે બાઈ બિચારી અજાણી છે અને ખરેખર દુઃખી છે, કોઈ એને જવાબ આપશે:

'ઘીનો ભાવ આજકાલ બે કે અઢી રૂપિયા છે.'

એ બોલી ઊઠશે, 'ખમા બાપુ; તમે સાચાબોલા માણસ છો, જુઓ પેલો દુકાનવાળો તો મારી પાસે રૂપિયે માલ લઈ લેવા માગતો હતો. આવું ચોખ્ખું ભેંસનું ઘી એને ક્યાંથી મળવાનું હતું? શું કરીએ? દુઃખના માર્યાં શહેરમાં આવી

પહોંચ્યાં છીએ. ગામથી આઠ આના ઓછા લઈને હું તે વેચી નાખીશ.'

આમ આ ઘી વેચવાવાળી મીઠી બોલી બોલીને ગામથી આઠ આના ઓછા લઈને એ સોએ સો ટકા બનાવટી ઘીને શુદ્ધ ઠરાવીને જશે! તમને એમ લાગશે કે તમે ફાવી ગયા છો. પણ ખરી રીતે એના અભિનય આગળ તમે આબાદ છેતરાઈ જાઓ છો.

એક દિવસ સવારમાં જ એક જુવાન ચેવડો વેચવા આવી ચડ્યો. એ બૂમ પાડતો હતો:

'ચેવડો મસાલેદાર! ઘરનો ચેવડો!'

બગલમાં નાનો એવો પતરાનો ડબ્બો હતો અને દરેક ઓરડી પાસેથી એ નીકળતો હતો. મેં અવાજ સાંભળ્યો, પહેલી વાર તો મનમાં નક્કી કરી નાખ્યું કે મુંબઈનાં હવાપાણી આજકાલ બહુ ખરાબ છે એટલે સવારના પહોરમાં પેટમાં કચરો નાખવો તે સારું નહીં! મારી ઓરડી પાસેથી એ ત્રણ વખત પસાર થયો. ત્રીજી વખત મનમાં વિચાર આવ્યો કે, બિચારાનો કોઈ માલ લેતું નથી એટલે ચાલ હું બેએક આના એને ખટાવું! મેં બૂમ પાડી:

'એય ચેવડાવાળા!'

ખાદીનો ઝભ્ભો અને ધોતિયું તેણે પહેર્યાં હતાં. એ રૂમની અંદર આવ્યો; દેખાવ જોઈને જ મને લાગ્યું કે માણસ ખાનદાન છે, પણ કંઈ દુઃખને લઈને આવી રીતે ઘેર ઘેર ભટકીને કમાણી કરી રહ્યો છે. મેં પૂછ્યું:

'કેમ, રોજની કેટલી કમાણી થાય છે?'

'સાહેબ, રોજનો એકાદ રૂપિયો મળી રહે છે. શું કરું? ગરીબ માણસ છું, નોકરી ક્યાંય મળતી નથી; બાપ આંધળો છે, ત્રણ ભાઈ અને ચાર બહેન છે. મા નવી છે. ધર્મશાળામાં રહીએ છીએ. નોકરી અપાવશો તો તમારો જિંદગીભર આભાર માનીશ. મરીશ ત્યાં સુધી તમને યાદ કરીશ. બહુ જ દુઃખી માણસ છું.'

મેં બે આનાનો ચેવડો લીધો. વિચાર આવ્યો કે મુંબઈમાં કેવા દુઃખી માણસો વસી રહ્યા છે! બે મિનિટ પહેલાં જ હું મારી જાતને દુઃખી માનતો હતો અને મનમાં બબડતો હતો કે આવી અંધારી કોટડીમાં કેમ રહી શકાય અને નોકરીમાં ક્યાંથી પૂરું થાય! આ માણસની વાત સાંભળીને ખરેખર દુઃખ થયું, પણ વધુ દુઃખની વાત તો એ કે આપણે આવા લોકોને કંઈ મદદ કરવાને શક્તિમાન નથી હોતા. એમની એવી દશા જોઈને આપણું હૃદય વધારે બળે છે. મને થયું કે બે આનાનો ચેવડો લીધો અને ચાર આના જેટલું હૃદય બળ્યું.

ચેવડાવાળો ચાલ્યો ગયો; જતી વખતે એની આંખમાં પાણી હતાં. જતાં

જતાં એટલું જ બોલ્યો:

'સાહેબ, હું રોજ આ માળામાં આવું છું. નોકરી હોય તો ધ્યાનમાં રાખજો. આ જિંદગીથી હું કંટાળી ગયો છું. તમે નસીબદાર છો કે આવી સરસ ઓરડી તમને રહેવા મળી છે.'

એના ગયા પછી મને ગ્રીક ધર્મશાસ્ત્રનો એક પ્રસંગ યાદ આવ્યો.

એમાં એક માણસ પ્રભુને ફરિયાદ કરે છે; 'ઓ પ્રભુ! તું પણ કેવો છે! મારા પગમાં જોડા નથી. બપોરે બહાર નીકળતાં મારા પગ બળે છે; શિયાળામાં હું ઘરની બહાર નીકળી શકતો નથી. તેં મને દુઃખી દુઃખી બનાવી દીધો છે. આ તે તારો કેવો ન્યાય છે! પ્રભુ, મારા જેવો દુઃખી માણસ આ દુનિયામાં કોઈ નથી.'

પ્રભુને પ્રાર્થના કર્યા પછી એ માણસ દેવળમાંથી બહાર નીકળે છે અને જુએ છે તો રસ્તા ઉપર એક ખૂણામાં એક ભિખારી પડ્યો હતો અને એને બે પગ ન હતા. ભિખારી પેલાને જોઈને બોલે છે:

'ઓ પ્રભુ! જો તેં મને આ માણસ જેવા બે પગ આપ્યા હોત તો મારા જેવો સુખી માણસ આ દુનિયામાં કોઈ ન હોત.'

વિચારની ગડમથલમાં હું ઘરની બહાર નીકળી પડ્યો. ઘણા વખતથી વાળ કપાવવાનો વિચાર હતો, પણ આળસને લીધે જતો ન હતો. હેર-કટિંગ સલૂનમાં લગભગ અરધા-પોણા કલાક સુધી માથું નીચે રાખીને બેસી રહેવામાં ઘણાને કંટાળો આવે છે. મારું પણ એમ જ છે. પણ આજે તો ગયા સિવાય છૂટકો જ ન હતો, કારણ કે ગઈ કાલે જ મારા શેઠે મને ટકોર કરેલી કે 'મિસ્ટર, આ ઓફિસ છે: ગાંડાંઓની કોઈ હૉસ્પિટલ નથી. આવતી કાલે વાળ કપાવીને આવજો. મારી ઑફિસમાં માથા ઉપર આવું જંગલ ઉગાડીને આવશો તે કામ નહીં આવે.'

શેઠ પણ એક નમૂનો છે. ભણ્યા છે બહુ ઓછું, પણ યુરોપની મુસાફરી ઉપરથી આવ્યા પછી એમનામાં ક્રાંતિ આવી ગઈ છે. એ એમ માની બેઠા છે કે પોતે પ્રેસિડેન્ટ ટ્રુમેન છે! શેઠની વાત જવા દો; પછી કહીશ.

સલૂનમાં દાખલ થયો, કામ ધમધોકાર ચાલુ હતું. દાખલ થયો કે તરત જ એક કારીગર મારી સામે જોઈ જ રહ્યો. થોડી વાર પછી એ બોલ્યો:

'આવો સાહેબ, આ ખુરશી ખાલી છે.'

ખુરશીમાં હું ગોઠવાયો. હજામે હાથમાં કાતર લીધી પણ વાળ કાપે એ પહેલાં જ મારા વાળને એ જેવો અડક્યો કે તરત જ એના ચહેરાના ભાવ બદલાઈ ગયા. અરીસામાં એ ફરી મારા ચહેરાને જોઈ રહ્યો, એ બોલ્યો:

'સાહેબ, વાળ કેવા કાપું? ટોપીકટ કે ચડઊતર?'

બોલતાં બોલતાં એને ગળે ડૂમો ભરાઈ આવ્યો. મને ભારે નવાઈ લાગી. મેં એને પૂછ્યું જ નહીં. ફરી મને વિચાર આવ્યો કે આ માણસ પણ પેલા ચેવડાવાળાની જેમ જો દુઃખી નીકળશે તો એની વાત સાંભળીને મને દુઃખ થશે. મેં ટૂંકેથી પતાવ્યું.

'ચડઊતર.'

કાતરનું સંગીત શરૂ થયું અને હું જોઈ શક્યો કે વાળ કાપતાં કાપતાં બે કે ત્રણ વખત એ માણસ મોં ધોઈ આવેલો. એ અશ્રુઓને રોકવાનો સખત પ્રયત્ન કરતો હતો. વચમાં એક વખત એ બોલેલો:

'સાહેબ, તમારા વાળ બહુ જ સરસ છે.'

'હશે, તું તારું કામ કર, મારે મોડું થાય છે. જલદી ઑફિસમાં પહોંચવું છે.'

મને થયું કે માણસ છે ઠંડો બરફ જેવો અને પાછો છે રોતલ; જરૂર આજે ઑફિસમાં જવાનું મોડું થઈ જશે અને શેઠ ગુસ્સે થશે.

પણ વાર ઘણી થઈ; સાધારણ હજામના કરતાં તેણે ઘણો વખત લીધો. કહેવું જોઈએ કે વાળ તેણે ઘણા સરસ કાપ્યા હતા. માથું પણ તેણે સરસ ઘસી દીધું: મને એના હાથમાં કુમાશ લાગી. કામ પૂરું થઈ ગયું. જતાં જતાં મેં કહ્યું:

'કેટલા પૈસા?'

એ મારી સામે જ જોઈ રહ્યો; મને થયું કે આ માણસનું બે-પાંચ ટકા ખસી ગયું છે. મેં તેને ફરી પૂછ્યું:

'કેટલા પૈસા?'

જવાબ ન મળ્યો. હું ગુસ્સે થયો, કારણ કે મારે હજી ઑફિસમાં પહોંચવું હતું. ત્રીજી વખત હું ગુસ્સે થઈને બોલી ઊઠ્યો:

'જંગલીની જેમ ઊભો છે શા માટે? બોલતો કેમ નથી?'

અને અત્યાર સુધી રોકી રાખેલું એનું રુદન, ફાટફાટ કરતું હૈયું વીંધીને બહાર નીકળ્યું. એ બાળકની જેમ રડી પડ્યો અને રડતાં રડતાં બોલ્યો:

'સાહેબ, તમારા પૈસા લઈને હું શું કરું? મારે તમારા પૈસા ન જોઈએ. મહેરબાની કરીને અહીં ન આવતા.'

માણસો બધા જોઈ રહ્યા. મને ખાતરી થઈ ગઈ કે આ માણસનું ચસકી ગયું છે. એક બીજા કારીગરે એને શાંત પાડ્યો, થોડી વાર પછી તેણે મને કહ્યું:

'સાહેબ, તમને જોઈને મને મારો નાનો ભાઈ યાદ આવે છે. એના વાળ અને ચહેરો બરાબર તમારા જેવાં જ હતાં, બિચારો લડાઈમાં મરી ગયો, એના ગયા પછી ક્યાંય ચેન પડતું નથી.'

આટલું કહીને તેણે મને એના નાના ભાઈનો ફોટો ખિસ્સામાંથી કાઢીને બતાવ્યો.

છેવટે તેણે મારી પાસેથી પૈસા ન લીધા.

મોડું થઈ ગયેલું. જેમતેમ ઉતાવળે આવીને મેં લોકલ ટ્રેન પકડી. કોટમાં મારી ઑફિસ હતી; બરાબર અગિયાર વાગ્યે પહોંચી જ જવું જોઈએ, કારણ કે સમયની બાબતમાં શેઠ ભારે ખ્યાલ રાખતા. એકાદ મિનિટ પણ જો મોડું થયું તો એનો મિજાજ ફાટીને ધુંવાડે જતો. યુરોપથી આવ્યા પછી તો શેઠમાં ઘણો ફેરફાર થઈ ગયેલો. લડાઈની ગરમી એના મગજમાં ચડી ગયેલી. મોડા આવવા માટે ત્રણ નોકરોને તો તેણે રજા આપી દીધેલી. એ ફાવે તેમ બોલતા અને તોછડાઈથી હુકમો કરતા.

ટ્રેનમાં પણ મને એ જ વિચારો આવતા હતા કે આજે નોકરી જશે. ચર્નીરોડ પાસે ટ્રેન અચાનક અટકી; અકસ્માત થયો હોવાથી ચૌદેક વર્ષની છોકરી ચાલતી ગાડીમાંથી નીચે પડી ગઈ અને કપાઈ ગઈ. ખરેખર ભયંકર દૃશ્ય હતું. ફૂલ જેવી બાળા ચૂંથાઈ ગયેલી! હાથ-પગ જેમતેમ કપાઈ ગયેલા. દેખાવ જોઈને હું કંપી ઊઠ્યો, છોકરી નિશાળે જતી હતી. કોઈ કહેતું હતું કે સેકન્ડ ક્લાસના ડબ્બામાંથી એ નીચે ઊછળી પડી. એની સાથે એક બીજી છોકરી હતી તે તો આ દૃશ્ય જોઈને તદ્દન અવાચક જ બની ગયેલી.

રેલવે સત્તાવાળાઓ એના દેહને લઈ ગયા અને પોણા કલાક પછી ટ્રેન ઊપડી. દુ:ખી હૈયે હું ઑફિસમાં જેવો દાખલ થયો કે તરત જ શેઠ તાડૂકી ઊઠ્યા:

'કેમ મિસ્ટર, મોડું કેમ થયું? આ કંઈ દેશી રજવાડાની ઑફિસ નથી સમજ્યા? યુરોપમાં જઈને જુઓ તો ખબર પડશે કે માણસો કેવા ટાઇમસર કામ કરી રહ્યા છે.'

મેં નમ્રતાથી જવાબ આપ્યો, 'સાહેબ, ટ્રેનમાં જરા અકસ્માત થઈ ગયો.'

શેઠ ગર્જી ઊઠ્યા, 'હું જાણું છું કે તમે લોકો કેવાં ખોટાં બહાનાં કાઢો છો. કોઈને અકસ્માત ન થયો અને તમને થયો!'

'પણ સાહેબ, એક છોકરી ટ્રેન નીચે આવી ગઈ. એમાં મોડું થઈ ગયું.'

'છોકરી આવી ગઈ તો ભલે આવી ગઈ. એવા અકસ્માત તો રોજ થયા કરે છે. ટ્રેન છોડીને ટૅક્સીમાં અહીં આવી જવું જોઈએ. જો તમે એવી રીતે આવ્યા હોત તો હું આજે તમારો પગાર વધારી દેત.'

મેં સાચી વાત રજૂ કરતાં કહ્યું:

'સાહેબ, છોકરી મરતી વખતે "પાણી-પાણી" એવા પોકારો પાડતી હતી. મેં તેને પાણી લાવી આપ્યું. આવી સ્થિતિમાં ટૅક્સીના વિચાર ક્યાંથી આવે?'

શેઠ સત્તાવાહક અવાજે ટેબલ ઉપર હાથ પછાડતાં બોલ્યા:

'એમ ત્યારે, પરોપકાર કરવા રોકાયા હતા! જાઓ ત્યારે પાણી પાયા કરજો. આ ઑફિસમાં તમારું કામ નથી. પગાર ચૂકતે લેતા જજો. અરે કૃપાશંકર!'

શેઠે કેશિયરને બોલાવ્યો. કૃપાશંકર ગરીબ ગાયની જેમ શેઠની સમક્ષ હાજર થઈ ગયો. શેઠે તેને કહ્યું:

'આ આપણા કોટકસાહેબને આજથી પગાર ચૂકતે કરી દેજો. ભારે પરોપકારી જીવ છે. એમને કામ કરવાનો વખત નથી, કારણ કે સેવાનું કામ એમને બહુ રહે છે. જાઓ ત્યારે; બાર ને પાંચે મેં એક બીજી એપૉઇન્ટમેન્ટ આપેલી છે.'

શેઠે ઘડિયાળ સામે જોયું અને હું તથા કૃપાશંકર એકબીજાનું મુખ જોતાં એનાથી દૂર ગયા. પગાર લઈને હું ચાલતો થયો.

બપોરે ઘેર આવ્યો. થોડી વારમાં જ પેલો અવાજ મેં સાંભળ્યો 'ચેવડો મસાલેદાર! આ ઘરનો ચેવડો!'

મને જોઈને ચેવડો વેચવાવાળો યુવાન બોલી ઊઠ્યો:

'કેમ સાહેબ, આજે નોકરી ઉપર ગયા નથી? મેં તમને વાત કરી છે તે યાદ રાખજો. મહેરબાની કરીને નોકરી શોધી આપજો. હું તમારો જિંદગી સુધી આભાર માનીશ.'

વાત સાંભળતાં જ મને વિચાર આવ્યો કે આ યુવાનને મારી જગ્યાએ ગોઠવી દઉં. માણસની શેઠને જરૂર છે એટલે તરત જ રાખી લેશે. મૅટ્રિક થયો છે એટલે ચાલશે. મેં શેઠ ઉપર ચિઠ્ઠી લખવી શરૂ કરી. મેં વિનંતી કરી કે 'શેઠસાહેબ, આ માણસ મારા કરતાં પણ વધુ દુઃખી છે. મહેરબાની કરીને આપ એને રાખી લેશો.' આવું આવું હું લખતો હતો ત્યાં જ કૃપાશંકર કેશિયરની સાથે મારા શેઠ મારી ઓરડીમાં દાખલ થયા. શેઠનું મુખ પડી ગયેલું અને જાણે ખૂબ રડીને આવ્યા હોય એમ લાગતું હતું. શેઠે મને ખૂબ જ દુઃખ સાથે પૂછ્યું:

'મિસ્ટર કોટક, છોકરીની સાથે તમે હૉસ્પિટલમાં પણ ન ગયા? એ મરતી વખત શું બોલી હતી? કેવી રીતે પડી ગયેલી?'

અકસ્માતમાં આવી ગયેલી એ મારા શેઠની છોકરી હતી. મેં તેમને બધી વાત કરી અને છેવટે હાથમાં ચિઠ્ઠી આપી. શેઠ મને તેમ જ પેલા ચેવડાવાળા યુવાનને મોટરમાં લઈ ગયા. ઑફિસમાં જઈને તેમણે મારો પગાર ઘણો વધારી આપ્યો અને પેલા યુવાનને પણ રાખી લીધો.

* * *

૧૩ કાગળ અને કોયડો

પોસ્ટમૅનને મેં હમણાં સુણાવી દીધું છે કે, 'ભાઈ, તારે ટપાલ આપવી હોય તો આપી જજે પણ આજકાલ જે લગ્નગાળો ચાલે છે અને એને અંગે ઢગલાબંધ કંકોતરીઓ આવે છે એ મને પાલવતું નથી, કારણ કે બીજાને ચાંદલો આપવા જતાં પહેલાં મને ચાંદલો લાગી જાય છે. કંકોતરી જો હોય તો તારે રાખી લેવી પણ મનીઑર્ડર જેવું કંઈ હોય તો તારે મને જરૂર આપી દેવું; એમાં ઢીલ ન કરવી.' આવી ખાસ સૂચના આપવા છતાં પણ સવારમાં જ્યારે સૂર્યોદય પછી અઢી કલાકે ઊઠ્યો ત્યારે મારી ઓરડીમાં ત્રણચાર કંકોતરી એ ફેંકી ગયેલો અને આ જોઈને જ મારા ચહેરા ઉપર સૂર્યાસ્તની અસર થઈ ગઈ! એક તો કડકાઈનો જમાનો, પરણે બીજા અને દંડાવું આપણે! કોણ જાણે કેવી દશા બેઠી છે તે સમજાતું નથી. પાટલૂનના ખાલી પડ્યાં રહેતાં ખિસ્સાંમાં વારંવાર હાથ નાખીને ફાટી ગયાં પણ એમાંથી પૈસા નીકળતા જ નથી. કહેવાય છે કે લક્ષ્મી ચંચલ છે. ચંચલ રહી તો ભલે રહી, કોણ ના પાડે છે, પણ એક વખત ખિસ્સામાં આવીને ચાલી જાય તો વાંધા જેવું નથી; એની ચંચળતા ચલાવી લઈશું. પણ આ તો હમણાં દેખાતી જ નથી અને જ્યારે દેખાય છે ત્યારે બીજાના ખિસ્સામાં હોય છે.

માણસ જ્યારે મૂંઝાય છે ત્યારે અનેક જાતના ઉપાય કરે છે. ભૂતભૂવામાં નહીં માનનારા માણસો પણ દર્દથી કંટાળે છે ત્યારે એ લોકો પણ આખરે આવી રીતનો આશ્રય લેતા નજરે પડે છે. ગઈ કાલે જ્યારે શહેરમાં ફરવા નીકળ્યો હતો ત્યારે રસ્તામાં એક સંન્યાસી મળેલા. મેં પૂછ્યું, 'બાવાજી, લક્ષ્મી મેળવવાનો કંઈ ઉપાય ખરો?'

બાવાજી બોલ્યો: 'બેટા, લક્ષ્મી લક્ષ્મીને ખેંચી લાવે છે.'

આ વાક્ય સાંભળતાં જ મારા મગજમાં નવો વિચાર પ્રગટ થયો અને પેલા બાવાજીને કંઈ વધુ પૂછ્યા વિના જ આગળ ચાલ્યો. એક બૅન્કમાં ગયો અને આસપાસ જોવા લાગ્યો. પૈસાની લેતીદેતી ચાલુ હતી અને એ જોઈને મારો જીવ કપાતો હતો. એવામાં એક ભૈયાજી ખૂણામાં બેસીને છૂટા રૂપિયા ગણી રહ્યા હતા. મોટો ઢગલો પડ્યો હતો. પેલા ભૈયાજીની સામે હું હાથમાં રૂપિયા લઈને ઊભો રહ્યો. મને એમ કે હમણાં રૂપિયાનો ઢગલો મારી તરફ ખેંચાઈ આવશે, કારણ કે બાવાજીએ કહેલું કે લક્ષ્મી લક્ષ્મીને ખેંચી લાવે છે. મારાં બધાં ખિસ્સાં ભરાઈ જશે. એવી ગણતરીમાં હું રૂપિયો લઈને ઊભો રહ્યો. બે મિનિટ ગઈ, ત્રણ ગઈ પણ લક્ષ્મી આવે જ નહીં અને ભૈયાજી ગણ્યે રાખે. મેં મનને મનાવ્યું કે હજી મારા રૂપિયામાં આકર્ષણશક્તિ જાગી નથી. મેં ધીરજ ધરી, થોડી વારમાં પેલા ભૈયાની નજર મારા પર પડી અને તે સિંહની જેમ કૂદ્યો. મને પકડ્યો અને કહ્યું:

'બદમાશ! ચોરી કરે છે! આ ઢગલામાંથી રૂપિયો ઉપાડી લીધો?'

અને આ સાંભળીને જ મારા શરીરમાં વગર પૂછ્યે ટાઢિયાતાવની અસર થઈ ગઈ. ચોર! એ શબ્દથી જ હું ભડક્યો. વધુ દલીલ કરીશ તો ટિપાઈ જઈશ એમ મને લાગ્યું. ભૈયાનો હાથ છોડાવીને હું તો નાસી છૂટ્યો, પણ રૂપિયો ભૈયાના હાથમાં રહી ગયો. પાછળથી બૂમો પાડી, 'ચોર, ચોર, પકડો પકડો.'

એક ગલીમાંથી બીજીમાં અને બીજીમાંથી ત્રીજીમાં, એમ મહામહેનતે હું નાસી છૂટ્યો. શ્વાસ તો એવો ભરાઈ ગયેલો કે જાણે હમણાં જ હાર્ટ-ફેઇલ થઈ જશે એમ લાગવા માંડ્યું. હવે કોઈ પાછળ નથી એવી ખાતરી થયા પછી હું એક થાંભલા પાસે શ્વાસ ખાવા ઊભો રહ્યો. થોડી વારમાં જ પેલા બાવાજી ત્યાંથી હરિ ઓમ્ હરિ ઓમ્ કરતા પસાર થયા. મને એમના ઉપર ચીડ ચડી. મેં કહ્યું:

'એય હરિ ઓમ્!'

બાવાજી પાસે આવ્યા અને મેં કહ્યું: 'મહારાજ, તમે તે કેવી વિચિત્ર સલાહ આપો છો! માંડ બચ્યો છું. આજે તો મારું છઠ્ઠીનું ધાવણ નીકળી જાત.'

અને મેં બાવાજીને બધી વાત કરી. આ સાંભળીને બાવાજી હસતાં હસતાં બોલ્યા: 'બેટા, મેં જે પ્રમાણે કહ્યું છે એ પ્રમાણે જ થયું છે. ભૈયાજી પાસે વધુ રૂપિયા હતા એટલે તારો રૂપિયો ત્યાં ખેંચાઈ ગયો. આખરે લક્ષ્મી લક્ષ્મીને જ ખેંચી ગઈ.'

આ જવાબ સાંભળીને મારી આંખો ઊઘડી ગઈ. હું આગળ ચાલ્યો અને સામેથી કોઈ માણસ મારી પાસે આવ્યો અને મારી સામે જોઈને કહ્યું:

'બેટા, તું ધનવાન થવા સર્જાયો છે, તારો ગુરુ બળવાન છે.'

આવી વાત સાંભળવી કોને ન ગમે? અને તે વળી આવી દશામાં! તે બોલ્યો, 'તારા નસીબમાં લાખ રૂપિયા છે.'

મેં કહ્યું: 'નસીબમાં લાખ છે કે રાખ?'

ફરી તેણે મારા ચહેરાનો અભ્યાસ કર્યો અને કહ્યું, 'રાખ નહીં પણ લાખ રૂપિયા છે. ગુરુ જ્યારે આ વર્ષે ધન રાશિમાં આવશે ત્યારે તારે ત્યાં ધનના ઢગલા થશે.'

'પણ મહારાજ; આ ગુરુ ધન રાશિમાં ક્યારે આવશે?'

'ચારેક મહિના પછી.'

'એ પહેલાં નહીં આવે?'

'આવે, જો એના જાપ કર્યા હોય તો અને તે જાપ કરવા માટે મહેનત કરવી જોઈએ. ઓછામાં ઓછા એક લાખ મંત્ર ભણાવવામાં આવે તો ગુરુ બે મહિના પછી ધનમાં આવી જાય.'

આ સાંભળીને મેં કહ્યું: 'તો બે લાખ જાપ કરીએ તો આવતી કાલે આવી જાય કે નહીં?'

'આવી જાય પણ ખર્ચ વધુ થાય, બેટા હું તને ખર્ચના ખાડામાં ઉતારવા માગતો નથી, કારણ કે આજકાલ તારી સ્થિતિ બહુ ખરાબ છે અને હજી પણ...'

હું વચમાં બોલી ઊઠ્યો, 'શું હજી પણ ખરાબ સ્થિતિ આવવાની છે?'

જોશીમહારાજ બોલ્યા: 'હમણાં આકાશમાં ગ્રહોનું તોફાન ચાલી રહ્યું છે એટલે સંભાળવાનું છે. બેચાર દિવસમાં જ તારી પત્નીનું મોત થવાનું છે.'

પણ આ સાંભળીને મને કોઈ જાતનો આઘાત ન થયો; એમ ન માનતા કે પત્ની તરફ મને પ્રેમ નથી પણ સત્ય હકીકત એ છે કે હજી મેં સંસાર માંડ્યો જ નથી. મેં જોશીને કહ્યું:

'પણ મહારાજ, હું જ્યાં પરણ્યો નથી ત્યાં પત્નીને મારી નાખવાની શા માટે વાત કરો છો?'

મહારાજ જરા પણ ચમક્યા વિના બોલ્યા: 'તું નહીં પરણ્યો હો તો પછી તું જેને પરણીશ તે ચાર દિવસમાં મરી જશે.'

મેં જરા ઊંચા સાદે કહ્યું: 'પણ જોશીજી, આ શ્રાપ છે કે ભવિષ્યવાણી? હું પરણવાનો જ નથી અને જો થોડા વખતમાં તમારા કહેવા પ્રમાણે પૈસા નહીં

મળે તો મારો ઇરાદો કૉમ્યુનિસ્ટ થઈ જવાનો છે.'

મહારાજ બોલ્યા: 'ગમે તેમ પણ બૈરી જશે એ વાત ચોક્કસ છે. તારી નહીં મરે તો પછી તારા પાડોશીની મરી જશે.'

આ જોશી તો ભારે નીકળ્યા! લો કરો વાત; મારી નહીં તો મારા પાડોશીની મરે એ વાત ખરી. મારા પાડોશમાં રહેતી કમળાશંકરની કંચન આ ભવે તો શું પણ આવતે ભવે પણ મરે એવી નથી. જોશી ઉપરથી વિશ્વાસ ઊઠવા લાગ્યો. મેં કહ્યું:

'જોશીમહારાજ, માફ કરવાનું શું લો છો? મારે તમારી વાત વધુ સાંભળવી નથી.'

'કંઈ નહીં બેટા, આટલું કહ્યું એને માટે મને આઠ આના દક્ષિણા આપી દે.'

મેં ટૂંકમાં જવાબ આપ્યો, 'આઠ આના શા માટે? આવી નાની રકમ આપતાં મને શરમ આવે છે.'

'તો પછી પાંચ રૂપિયા આપ.'

'પાંચ શા માટે, પાંચ હજાર આપીશ, ચાર મહિના પછી મને મળજો, તમારા કહેવા પ્રમાણે જો લાખ રૂપિયા આવી જશે તો પછી મને પાંચ હજાર આપતાં સંકોચ નહીં થાય.'

આટલું કહીને હું ચાલ્યો ગયો. જોશીના શબ્દો કાને અથડાયા; હે ભગવાન! મને પણ મારા જેવા જ ઘરાકો મળે છે.'

આ તો થઈ ગઈ કાલની વાત. પણ આજે શું કરવું? આ બધી કંકોતરીઓ આવી છે અને ચાંદલો કાઢવો ક્યાંથી? મારું તો મન મૂંઝાઈ ગયું. પોસ્ટમૅનને મનમાં સુણાવતાં ટપાલ ભેગી કરી; લગ્ન કરવા તૈયાર થયેલા સ્નેહીજનોને પણ મનમાં કહ્યું કે, 'તમે લોકો આવતા વર્ષે પરણો તો વધુ સારું, કારણ કે એ દરમિયાન મારી સ્થિતિ સુધરી જાય એવા ગ્રહો આવવાના છે.' પણ પરણવાનું જેને મન થાય છે એને આ દુનિયામાં કોણ રોકી શકે?

પણ આ શું? કંકોતરી સાથે ભૂલથી ટપાલી કોઈ બીજાનો કાગળ મારી ઓરડીમાં નાખી ગયેલો. કવર હતું અને ઉપર સરનામું કોઈ કુસુમ નામની છોકરીનું હતું. અમારા માળામાં તો કુસુમ નામની છોકરી રહેતી પણ ન હતી. એનો મને ચોક્કસ ખ્યાલ હતો અને ખ્યાલ રહે એ પણ સ્વાભાવિક છે. કવરને મેં ધારી ધારીને જોયું. સરનામાવાળા અક્ષર કોઈ છોકરીના જ લાગ્યા; વિચારમાં પડી ગયો ફોડવું કે ન ફોડવું એ પ્રશ્ન થયો. ફરી વિચાર આવ્યો કે આમાં કદાચ દસ રૂપિયાની નોટો તો નહીં નીકળી પડે ને! કંઈ નહીં, જવા દે; કોઈનો કાગળ

ફોડવો અને તેમાંયે કોઈ છોકરીનો એ સભ્યતા નથી એમ જાણીને મેં વિચાર માંડી વાળ્યો અને તેને ફરી પોસ્ટ કરી દેવો એમ નક્કી કર્યું. કવરને મેં મારી ભાંગેલી ટિપાઈ ઉપર મૂક્યું અને કાકા કરસનદાસ દાખલ થયા. મેં ભૂલથી આવી ગયેલી કવરની વાત કરી કે તે બોલી ઊઠ્યા:

'ફોડીને વાંચ, આપણે આંગણે આવી પહોંચેલા મહેમાનોનું સ્વાગત કરવું એ આપણો આર્યધર્મ છે.'

'ના કાકા, આ જમાનામાં કોઈ છોકરી ઉપરના પત્રો ફોડવા અને પર્સ ઉઘાડવી એમાં સાર નથી.'

કાકા બોલ્યા: 'પણ શા માટે? એમાં વાંધો શું છે?'

મેં જવાબ આપ્યો, 'એનો હું ખુલાસો કરવા માગતો નથી પણ મને આ વસ્તુ પસંદ નથી. હું કવર કોઈ હિસાબે ફોડવાનો નથી.'

કવરનું નિરીક્ષણ કરતાં કાકાએ કહ્યું: 'સરનામા ઉપર કોઈ છોકરીના સુંદર અક્ષર છે! હા, છોકરાના હોત તો આપણે ન ફોડત પણ આ તો આપણે આંગણે આવી પડેલો કાગળ છે. જે કોઈ વસ્તુ આપણા ઘરમાં ઘૂસી જાય એના ઉપર પછી આપણો અધિકાર જામી જાય છે. તું ન ફોડે તો કંઈ નહીં પણ હું ફોડીશ.'

અને ના પાડવા છતાં પણ કરસનકાકાએ કાગળ ફોડ્યો અને વાંચવાનું શરૂ કર્યું, કાકાએ કાગળ વાંચ્યો:

પ્રિય કુસુમ,

વંદન. તને ઘણે વખતે કાગળ લખું છું તો ક્ષમા કરજે. હમણાં હમણાં તો હું એવી મૂંઝાઈ ગઈ છું કે આજે મનને જરા હળવું કરવા માટે તને પત્ર લખ્યા સિવાય છૂટકો નથી. તું જાણે છે કે યુનિવર્સિટીમાં બી. એ.ની ડિગ્રી લીધે બે વર્ષ પસાર થઈ ગયાં છે અને આ બે વર્ષ દરમિયાન એવા પ્રસંગો બન્યા છે કે જો એમને વિગતવાર લખું તો મોટી નવલકથા થઈ જાય.

અભ્યાસ પૂરો કર્યા પછી મારે લગ્ન કરી લેવું જોઈએ એવું દબાણ ઘરમાંથી થવા લાગ્યું. થાય એ પણ સ્વાભાવિક છે, કારણ કે ભણ્યા પછી આપણી જુવાન છોકરીઓ માટે આજના સમાજમાં લગ્ન સિવાય બીજું કયું મહત્ત્વનું કામ છે? પણ કોની સાથે લગ્ન કરવું એ મોટો પ્રશ્ન થઈ પડ્યો છે. ઘણા છોકરાઓ જોયા પણ કોઈની સાથે પરણવા માટે મન માનતું નથી.

મારા પિતાએ અમારી જ્ઞાતિમાંથી મેડિકલ લાઇનમાંથી પાસ થયેલા એક યુવાનને બતાવ્યો. પણ તું તો પહેલેથી જ મારા વિચારો જાણે છે કે ગયા ભવમાં કંઈ પાપ કર્યું હોય તે જ ડૉક્ટરને પરણે. ડૉક્ટરોમાં પ્રેમની જે ઊર્મિઓ હોવી જોઈએ એ હોતી નથી. આપણે હૃદયના ઉમળકાની વાત કરીએ તો એ જવાબ આપશે કે હૃદયમાં ઉમળકા જેવું કંઈ છે જ નહીં. એ તો એક જાતનું મશીન છે.

ડૉક્ટરો જીવનને એક શારીરિક જરૂરિયાત સિવાય બીજું કંઈ વધારે સમજતા નથી એવું મારું માનવું છે. એ ઉપરાંત એનો ધંધો પણ વિચિત્ર; રાત્રે ક્યારે બહાર જવું પડે તે કહેવાય નહીં અને એક દર્દીને બહાને કોણ જાણે કોની પાસે પહોંચી જતા હશે એ તો ભગવાન જાણે. નર્સની સાથે મશ્કરી કરવી એ તો એમના સ્વભાવમાં છે અને આવી મીઠી મશ્કરીઓનું શું પરિણામ આવે છે તે તો આપણે જાણીએ છીએ.

એક મંડળમાં કામ કરતાં હું હમણાં એક નૃત્યકારના પરિચયમાં આવી હતી. આજકાલ આપણી છોકરીઓને જીવનસાથી પ્રાપ્ત કરવાનું નવું ક્ષેત્ર મળ્યું છે. આ નૃત્યકારો સાથે બે ઘડી વાતો કરવાનું હોય તો મજા આવે પણ એમની સાથે જીવન ગાળવું એ આફત છે, કારણ કે પૈસાની સદા તંગી, કફની, ધોતિયું અને લાંબા વાળમાં આ જુવાનો થોડો વખત છોકરીઓને આકર્ષે છે પણ પછી ખલાસ! તેં એક વાત ધ્યાનમાં રાખી છે? આપણા જે નૃત્યકારો છે એ બધા શારીરિક દૃષ્ટિએ લિલામ કરી નાખવા જેવા છે. બીજું હું જે નૃત્યકારના પરિચયમાં આવી તે તો ભારે અભિમાની હતો. શાંતિનિકેતનમાં એકાદ વર્ષ અભ્યાસ કર્યો છે અને હવે પોતે એમ માનીને ફર્યા કરે છે કે નૃત્યની બાબતમાં ઉદયશંકરનો દાદો છે. આવા સાથે સંસાર ક્યાં સુધી ચાલે? આ ઉપરાંત દરેક છોકરી સાથે ચેનચાળા તો ખરા જ. આ જોઈને આપણે તો બળી જઈએ. કોઈ છોકરી જોઈ તે તરત જ કૃષ્ણના પાઠમાં આવી જાય અને નખરાંબાજી શરૂ કરી દે. મને આ ન ફાવે અને તેથી તો મેં નૃત્યકારને પરણવાનું માંડી વાળ્યું છે.

હવે કહું તને એક બીજા જુવાનની વાત. એ શૅરબજારમાં કામ કરતો હતો. પણ સટોડિયા જોડે કદી ન પરણવું એવો મારો દૃઢ નિશ્ચય છે, કારણ કે એક તો મને એનો લાંબો કોટ અને ધોતિયાનો પોશાક

ગમતો નથી અને બીજું ઘરમાં પગ મૂકે કે તરત જ બજારની વાત ચાલુ જ હોય! લગ્નજીવનમાં જે મીઠાશ મળવી જોઈએ એ સટોડિયાની સાથે પરણવાથી નથી મળતી. માથે સદા લટકતી તલવાર તો હોય જ. એ ક્યારે ઊંડા ખાડામાં ઊતરી પડશે અને બૈરીના દાગીના વેચાવી નાખશે એ કહેવાય નહીં. બજારમાં ભાવ એની તરફેણમાં હોય તો એ હસતો હોય અને બે-પાંચ ટકા જો આડાઅવળા થયા તો ગંભીર બનતાં વાર નહીં લાગે. બીજું તો કંઈ નહીં પણ એ લોકો ઘરમાં કે બહાર બજાર ભાવતાલ સિવાય બીજી કોઈ રસિક વાતો કરી શકતા જ નથી. આવી જાતના જીવનને પરિણામે એ લોકો બૈરીને પણ એક જાતનો સોદો જ ગણે છે, સ્ત્રીના દેહમાં તેજી હોય ત્યાં સુધી ઠીક રાખે પણ જો એમાં મંદી આવી તો બીજીને લાવતાં અથવા તો બીજે જતાં વાર નહીં!

કારખાનામાં કે મિલમાં કામ કરતા પુરુષને પરણવામાં તો જરા પણ સાર નથી. સવારમાં જાય વહેલો અને આવે મોડો. આવીને થાકેલો હોય એટલે થોડું ખાઈ લે અને પછી મશીનની જેમ સૂઈ જાય. યંત્રો સાથે જીવન ગાળવાથી આવા પુરુષો યંત્રમય જીવન ગાળતા થઈ જાય છે. એવાની સાથે પરણીને જીવનમાં શો ફાયદો થવાનો છે? કારખાનામાં કયે વખતે કયો ભાગ કપાઈ જશે એ કહેવાય જ નહીં.

કુસુમ તું જો કોઈ મશીનને પરણવા તૈયાર હો તો આવા માણસને પરણજે, બાકી મારાથી તો આવા પુરુષને પરણી નહીં શકાય.

હા, એક છોકરો હમણાં જ વકીલ થયો અને એની સાથે મારા પિતાએ મારી મુલાકાત ગોઠવી પણ એ તો ભારે નીકળ્યો! હજી કોર્ટમાં ગયો નથી અને મારી સાથે કાયદાબાજી શરૂ કરી. તેણે કહ્યું: 'હું સિવિલ મૅરેજમાં માનું છું. એનાથી ઘણા ફાયદા છે. છૂટાછેડા કરવામાં વાંધો ન આવે. બીજું હું પરણ્યા પહેલાં છોકરી સાથે એક મહિનો ફરવાની ઇચ્છા ધરાવું છું. છોકરી મારા સંપૂર્ણ પરિચયમાં આવે અને પછી મને એમ લાગે કે એ ફાવે એવી છે તો પરણું નહીંતર નહીં. 'સંપૂર્ણ' શબ્દ ઉપર તેણે ખાસ ભાર મૂક્યો હતો. તેણે આગળ ચલાવ્યું, 'બીજું હું વિલાયત જઈને બૅરિસ્ટર થવા માગું છું, ત્યાંના ખર્ચ માટે મને પૈસાની જરૂર છે અને બૅરિસ્ટર થયા પછી જ હું લગ્ન કરું.'

કુસુમ, જો તો ખરી, કેવી કેવી જાતના માણસો આ દુનિયામાં પાકે

છે! આપણે પૈસે વિલાયત જાય અને ત્યાં કોઈ હોટેલમાં કામ કરતી અંગ્રેજી છોકરીને પકડી લાવે, એટલે આપણે તો હવામાં અધ્ધર જ લટકી રહીએ, હું તો આ વકીલસાહેબ સાથે પરણવા નથી માગતી; તારી ઇચ્છા હોય તો એને ત્યાં મોકલું. હું એને જણાવીશ કે તને પરણવાથી બે-ચાર લાખનો વારસો મળે એમ છે તો જરૂર તારી પાસે દોડી આવશે અને પછી તું એને બનાવજે. બોલ છે કબૂલ?

ઘણા નમૂનાઓ જોયા પણ કોઈની સાથે પરણવાનું મન થતું નથી. હજુ સુધી એવો કોઈ જોયો નથી કે જેને જોતાંની સાથે જ આપણું દિલ ખોવાઈ જાય. લગ્ન કરવા માટે દબાણ વધતું જાય છે, હું પણ પરણવા માટે ઘણી જ આતુર છું. નવરી બેસું છું ત્યારે મારું હૃદય જાણે વિયોગમાં ઝૂરતું હોય એમ મને લાગ્યા કરે છે પણ કોના વિયોગમાં હું દુઃખી છું તે સમજાતું નથી. ક્યાંય શાંતિ નથી અને પરિણામે હું જોઈ શકી છું કે દિવસે દિવસે મારા ચહેરા ઉપરથી તેજ ઓછું થતું જાય છે. મનને આનંદમાં રાખવા માટે હું ઘણા પ્રયત્ન કરું છું પણ ઊંડે ધીમી આગ સળગી રહી હોય એમ મને લાગ્યા જ કરે છે. મારી આવી દશા જોઈને મારાં માતાપિતા એમ માને કે હું સાધ્વી થઈ જઈશ પણ એમને ક્યાંથી ખબર કે મારા અંતરની શી દશા છે, ચારે બાજુ મને અંધકાર દેખાય છે. પત્રનો જવાબ જલદી લખજે.

એ જ લિ.,
તારી જ મધુમાલતી

કાગળ પૂરો થયો અને કાકા બોલી ઊઠ્યા, ‘કેમ જોયુંને; અંદરથી કેવી અજબ વસ્તુ નીકળી પડી. ઉપલા ઘરની ભણેલી-ગણેલી છોકરીઓની કેવી વિચિત્ર મનોદશા છે. એનો આ નમૂનો છે. બિચારીના જીવનમાં ચારે બાજુ અંધકાર છે. મને લાગે છે કે તારે હવે કંઈ પાઠ ભજવવો પડશે. એને અંધકારમાંથી કાઢવી જોઈએ.’

આ સાંભળીને હું જરા ચિડાયો અને મેં ઉશ્કેરાટમાં કહ્યું: ‘શું હું એની પાસે બેટરી લઈને જાઉં? માફ કરો કાકા, આ છોકરીનો આખો કેસ કોઈ માનસશાસ્ત્રી માટે ઘણો જ અગત્યનો છે. આપણે શ્રી હરભાઈ ત્રિવેદીને આ કાગળ મોકલી આપીએ.’

કાકા બોલ્યા: હા, એ વાત કંઈક ઠીક લાગે છે. હરભાઈ ખાસ કરીને છોકરીઓના મનના અટપટા કોયડાઓ ઉકેલવામાં ભારે નિષ્ણાત છે. બાકી જો

તારે પરણવું હોય તો આપણે કંઈ યુક્તિ કરીએ. હું જાણું છું કે તારી આર્થિક સ્થિતિ સારી નથી પણ મૂંઝાતો નહીં. આપણે ફંડ ઉઘરાવીશું. આજકાલ ફંડફાળા ખૂબ ચાલી રહ્યા છે એટલે વાંધો નહીં આવે.'

મેં કહ્યું: 'કાકા, માફ કરવા માટે તમે શું લેશો?'

અને આખરે એ કાગળ હરભાઈને ભાવનગર મોકલી આપ્યો. જોઈએ એ શું કહે છે.

* * *

૧૪ લગ્ન પછી ખબર પડી કે છોકરીને...

નાની એવી અંધારી ઓરડીમાં અમે ચાર-પાંચ જણા રહીએ છીએ અને દિવસે નોકરી કરવામાં અમારું જીવન યંત્રવત્ ચાલ્યું જાય છે. ઑફિસમાંથી છૂટીને અમે લોકો એક લૉજમાં જમવા જઈએ છીએ અને રાત્રે ભેગા મળીએ છીએ. આવું છે અમારું જીવન અને અમે આ ઓરડીને નવું નામ પણ આપ્યું છે. અમારામાંથી હજુ કોઈ પરણેલો નથી એટલે અમારું રહેઠાણ 'વાંઢા-વિલાસ'ના નામથી ઓળખાય છે; અલબત્ત, એમાં વિલાસ જેવું કંઈ નથી, કારણ કે વિલાસને માટે અમારી પાસે નથી સમય કે નથી પૈસા! વાતોનો વિલાસ એ મુખ્ય વસ્તુ છે એ વાત કબૂલ કરવી જોઈએ.

ઈશ્વરે પાંચેનાં મગજ જુદાં જુદાં બનાવ્યાં છે પણ અમારામાંના એક શ્રી ચંદુનું મગજ જાણે કેવું છે એ અમને સમજાતું નથી. એનો સ્વભાવ જ એવો વિચિત્ર છે કે રસ્તે ચાલતા એ ક્યારે મારામારી કરી બેસે તે કહેવાય નહીં અને તેની સાથે ફરવા જવું એટલે પૂરી આફત! જોકે હું કદી પણ એની સાથે ફરવા જતો નથી, કારણ કે મેં હજુ સુધી વીમો ઉતરાવ્યો નથી.

આ ચંદુનું શરીર અલમસ્ત છે અને જ્યારે જ્યારે વાતો ઉપર એ ચડે છે ત્યારે આખી સમાજ-રચનાને ગાળો સુણાવે છે. એ જેટલું કમાય એટલું ખર્ચી નાખે છે. ખાસ કરીને એના પૈસાનો ઉપયોગ હંમેશાં બીજાઓના ભલા માટે જ થતો હોય છે.

થોડા વખત પહેલાં જ એક દિવસ એ અમારી ઓરડીમાં એક છોકરો અને છોકરી સાથે આવી ચડ્યો અને મને કહ્યું:

'સાંભળ, આ લોકોને આપણે આશ્રય આપવાનો છે; બહુ દુઃખી સ્થિતિમાં છે.'

એક તો નાની એવી ઓરડી અને એમાં ભાઈસા'બ પરોપકારનાં કાર્યો કરે! મને તો એવી ચીડ ચડી પણ પેલા નવા આવેલા મહેમાનની હાજરીમાં રૂપેરી દુનિયાના નટ ચંદ્રમોહનની જેમ બોલવું મને યોગ્ય લાગ્યું નહીં. મેં ધીમેથી જરા ચીડમાં કહ્યું:

'તને અમે લોકો ચંદુ બામ કહીએ છીએ તે ખોટું નથી. તું ક્યાંથી આ શિવ-પાર્વતીને ઉપાડી લાવ્યો? આ ઓરડીમાં એમનો સમાવેશ કેવી રીતે થશે?'

'પણ તું મારી વાત તો સાંભળ! જો આ ભાઈ છે તે કાઠિયાવાડના રાજકારણમાં ઉગ્ર ભાગ લઈ રહ્યા છે અને જીવન નભાવી રાખવા માટે એક જગ્યાએ ખાનગી ટ્યૂશન આપતા હતા, એમાંથી આ છોકરી સાથે એમને પ્રેમ થઈ ગયો છે.'

આ સાંભળીને હું ચિડાયો, કારણ કે બાકીની વાત મને સમજાઈ ગઈ. મેં કહ્યું:

'આજકાલ આવી રીતે પ્રેમ થઈ જાય છે. એમાં શું નવાઈ છે?

'પણ સાંભળ તો ખરો: મારા આ જૂના ભાઈબંધ છોકરીને ઉઠાવી લાવ્યા છે; આપણે એમને થોડા દિવસ અહીં છુપાવવાનાં છે. અને પછી ઘરઆંગણે મામલો જરા ઠંડો પડે કે તરત જ આપણે એ બંનેનાં લગ્ન કરી નાખવાનાં છે.'

'ચંદુ! તું પણ આફત છો.'

'બિચારા કોઈનું ભલું થતું હોય તો આપણને જશ મળે ને!'

'મારે એવો જશ નથી મેળવવો; તું જાણે.'

હું તો ચાલ્યો ગયો અને રાત્રે અમારી સભામાં આ વિષય ઉપર ગરમાગરમ ચર્ચા થઈ. મેં ચર્ચામાં કંઈ ભાગ ન લીધો પણ એક સભ્ય સિવાય બીજા બધાએ એ લોકોને મદદ કરવાનું નક્કી કર્યું. અમારામાંના શ્રી કમળાશંકર બહુ ગુસ્સે થઈ ગયેલા, કમળાશંકરને હું તો તદ્દન વેદિયું ઢોર જ ગણતો હતો. એ કોઈ બૅન્કમાં ક્લાર્ક હતો અને સવાર-સાંજ સંધ્યા કરતો, કેટલીક વાર તો રાત્રે બે વાગ્યે ઊઠીને ગાયત્રીનો મંત્ર ઊંચા સાદે ભણતો. હું ખિજાઈને કહેતો:

'એલા કમળાશંકર! આ તો કંઈ રીત છે? તારે અમને નિરાંતે ઊંઘવા દેવા છે કે નહીં?'

એ જવાબ આપતો, 'તમે આ બાબતમાં ન સમજો. મને વાતાવરણમાં અપવિત્રતા દેખાય છે એટલે હું મંત્રના જાદુથી પવિત્ર બનાવું છું.'

આ વિચિત્ર ભેજાના કમળાશંકરે ઘણો વિરોધ કર્યો અને જણાવ્યું કે આપણી ઓરડીમાં કોઈ પણ છોકરી ન જોઈએ. પણ ચંદુની દલીલ આગળ એમનું કંઈ ચાલ્યું નહીં અને મહેમાનોને અમારે ત્યાં થોડા વખત રાખવા, એમનો ખર્ચ

ભાગે પડતો વહેંચી લેવો અને બંનેને પરણાવીને વિદાય કરી દેવાં એવું નક્કી કરવામાં આવ્યું.

આ ઠરાવ કર્યા પછી ચંદુએ કહ્યું:

'આમ કરવાથી આપણે દેશની મહાન સેવા કરી રહ્યા છીએ. આ લોકોનાં લગ્ન થઈ જશે એટલે ફરી બમણા જોસથી રાજકારણમાં બંને ઝુકાવશે. છોકરી પણ ભારે ઉત્સાહી અને ચાલાક છે.'

'બહુ સારું, હું તારી વાત સાંભળવા માગતો નથી.'

પણ ચંદુની વાત તદ્દન સાચી હતી; છોકરી બહુ જ ચાલાક નીકળી. અમારી ઓરડીનો રંગ થોડા દિવસમાં જ બદલી ગયો; એ અમારા માટે કોઈ વાર ભજિયાં બનાવતી. વાતો પણ કરવામાં બહુ જ ચબરાક! વીશીના ખોરાકથી ટેવાઈ ગયેલા અમને લોકોને એક છોકરીના હાથનું ખાવાનું મળવા લાગ્યું. એ ખરેખર અમારું સદ્‌ભાગ્ય હતું.

કમળાશંકર તો કદી પણ ખાતો નહીં, કારણ કે તેલમાં તળેલી વસ્તુઓ બ્રહ્મચર્યને હાનિકર્તા છે એમ તે માનતો હતો. છોકરી કમળાશંકર માટે ઘણી વાર બટેટા બાફી દેતી. આ વસ્તુમાં કમળાશંકરને વાંધો ન હતો.

ચાર દિવસમાં તો છોકરીએ અમારા બધાનું મન જીતી લીધું અને સૌરાષ્ટ્રના આ દેશસેવકને અમો બધી જાતની મદદ કરવા તૈયાર થઈ ગયા. દેશસેવક ઘરની બહાર શરૂઆતમાં નીકળતા નહીં, કારણ કે એમને ભય હતો કે છોકરીનો બાપ છૂપા માણસો રાખીને એમને કદાચ હેરાન કરે.

કોઈ વખત રાત્રે ચંદુ બંનેને સિનેમા જોવા લઈ જતો અને કદાચ કોઈ ધાર્મિક ચિત્ર હોય તો કમળાશંકર બંનેને લઈ જતો. આમ આડકતરી રીતે અમે લોકો દેશની સેવા કરી રહ્યા હતા.

આ બાજુ છોકરીના બાપે છૂપા માણસો રાખીને મુંબઈમાં તપાસ કરવી શરૂ કરી દીધેલી. એમને શંકા આવી ગયેલી કે દેશસેવક મુંબઈ તરફ જ ગયા છે.

એક દિવસ રાત્રે અચાનક દેશસેવક ઓરડીમાં ગભરાતા ગભરાતા દાખલ થયા અને જણાવ્યું:

અમે લોકો એકદમ સાવધ બની ગયા અને જાણે લડાઈનું વાતાવરણ જામી ગયું. દેશસેવકને મુશ્કેલીમાં કોઈ પણ હિસાબે ન આવવા દેવા જોઈએ એમ ઠરાવ પસાર કર્યો. કમળાશંકરે આ બાબતમાં ભારે ઉત્સાહ દર્શાવ્યો, તેણે કહ્યું:

'ઘાટકોપરમાં મારાં એક માસીબા રહે છે એમને ત્યાં થોડા દિવસ માટે ભાઈએ રહેવું જોઈએ.'

મેં કહ્યું: 'હમણાં ભલે બંને જણાં ત્યાં રહેવા જાય.'

'ના, એ ન બને, માસીબાને ત્યાં એક જ માણસની સગવડ છે, બહેનની સગવડ હું ક્યાંય બીજે કરી આપીશ.'

આમ આ લોકોનું રહેઠાણ બદલાવાનું અમારી યુદ્ધ સમિતિએ નક્કી કર્યું, બીજે દિવસે દેશસેવકને ઘાટકોપર આઠ દિવસ માટે મોકલી દેવામાં આવ્યા.

એક દિવસ બપોરે અમારી પેઢી બંધ થઈ ગઈ, કારણ કે અમે ગુમાસ્તા લોકોએ હડતાળ પાડી અને હું ઘેર આવ્યો: જોયું તો શ્રી કમળાશંકર ઓરડીમાં સૂતા છે અને પેલી છોકરી એમના કપાળ ઉપર બરફનાં પોતાં મૂકી રહી છે. મેં પૂછ્યું:

'કેમ તાવ આવ્યો છે?'

બહેને જવાબ આપ્યો, 'રોજ ત્રણ દિવસથી એમને બપોરે તાવ આવી જાય છે અને બિચારા ઘેર આવતા રહે છે.'

કમળાશંકર જાણે છ ડિગ્રીનો અનુભવ કરતો હોય એવી રીતે પડ્યો હતો અને થોડી વાર પછી એની આંખ ખૂલી એટલે તેણે મને ખિસ્સામાંથી એક કાગળ આપ્યો. કાગળમાં કમળાશંકરના મામા મૃત્યુ પામ્યા હતા અને બધો વારસો એમને મળ્યો હતો એવું જણાવવામાં આવ્યું હતું.

વાંઢાવિલાસનો એક સભ્ય આમ એક જ સપાટે પૈસાપાત્ર બની ગયો છે એ જાણીને મને ખૂબ જ આનંદ થયો અને મેં પણ બરફનાં પોતાં એના કપાળ ઉપર મૂકવા માંડ્યાં.

રાત્રે ખુશાલીમાં બહેને અમારા માટે ભજિયાં બનાવ્યાં અને કમળાશંકરે એવો ધંધો શરૂ કરવો કે એમાં અમારા બધાનો સમાવેશ થઈ શકે એવું નક્કી કર્યું. મેં કમળાશંકરને સલાહ આપી:

'તું આવતી કાલે જ રવાના થઈ જા અને મિલકતનો કબજો મેળવી લે.'

તેણે કહ્યું: 'બધું મારા હાથમાં જ છે. ત્રણેક દિવસ પછી જઈશ.'

ઘણા દિવસ ચાલ્યા ગયા અને હું મારા મિત્રને મળીને સાન્તાક્રુઝથી ટ્રેનમાં આવતો હતો ત્યાં મેં દેશસેવકને બે-ત્રણ પોલીસની વચ્ચે ઘેરાયેલા દીઠા. બાજુમાં જ છોકરીના બાપ બેઠા હોય એમ લાગ્યું. આ દૃશ્ય જોઈને તો મારા હાંજા જ ગગડી ગયા. દેશસેવકને ખૂબ માર પડી ચૂક્યો હોય એમ લાગતું હતું, મેં પૂછ્યું:

'આમ કેમ?'

'ભાઈસા'બ, આ લોકોએ મને પકડ્યો છે. હું તદ્દન નિર્દોષ છું એમની છોકરી તો મારી બહેન જેવી છે.'

આ સાંભળીને મારા આશ્ચર્યનો પાર ન રહ્યો! જે છોકરી બૈરી થવાની છે એ બહેન બની જાય એવું તો આવી જાતના જ રાજકારણમાં બને! હા, ગાંધીજીએ તો લગ્ન કર્યા પછી જ બૈરીને બહેન ગણવી એમ જણાવ્યું છે પણ આ દેશસેવક તો કોઈ જુદા જ સિદ્ધાંતોને પાળી રહ્યો હોય એમ લાગ્યું.

મને થયું કે આવી બન્યું પેલા ચંદુનું! આ વરઘોડો અમારી ઓરડી ઉપર જ જવાનો છે. મેં મનમાં નક્કી કર્યું કે આપણે આજે ઘેર જ નથી જવું. ડબ્બાના એક ખૂણામાં હું મૂંગો બેસી રહ્યો. એક સ્ટેશને ગાડી ઊભી રહી કે હું ઊતરવાનો પ્રયત્ન કરવા લાગ્યો પણ ત્યાં તો છોકરીના બાપે મને પણ પકડ્યો અને જણાવ્યું:

'મિસ્ટર! એમ નહીં જવાય. મને બધી વાતની ખબર પડી ગઈ છે. મારી છોકરીને છુપાવવામાં તમારો પણ હાથ છે.'

માર્યા, હું મૂંગો થઈ ગયો. પોલીસોએ મને પણ દેશસેવકની બાજુમાં જ બેસાડી દીધો.

અમે ઘેર આવ્યા પણ આ શું? બહેનનો પત્તો જ ન મળે. છોકરીના બાપે ધમપછાડા કરવાના શરૂ કર્યા. બધા ત્યાં બેઠા અને થોડા વખતમાં વાંઢા-વિલાસના બધા સભ્યો પકડાઈ ગયા. એક ન હતો અને તે શ્રી કમળાશંકર.

હું તો જામીન ઉપર છૂટ્યો. બીજે દિવસે મારી પેઢી ઉપર કોટ-પાટલૂન અને હેટમાં સજ્જ થયેલો એક યુવાન આવ્યો. પળવારમાં મને ભાન થયું કે આ કમળાશંકર છે! જીવનભર ધોતિયું અને લાંબો ડગલો ધારણ કરનારો કમળાશંકર મને ખૂણામાં લઈ ગયો અને કાનમાં કહ્યું:

'કોઈને કહેતો નહીં કે હું છોકરી સાથે પરણી ગયો છું અને આજે સાંજની ટ્રેનમાં મિલકતનો કબજો લેવા જાઉં છું.'

મને થયું કે હું ફિલ્મ જોઈ રહ્યો છું, પછી કમળાશંકરે અચાનક જાગી ઊઠેલા પ્રેમની વાત કરી અને છોકરી પણ કેવી રીતે કબૂલ થઈ છે એ પણ જણાવ્યું. મેં કહ્યું:

'તું પણ કમાલ છો. પોલીસ તારી તપાસ કરી રહી છે, પૂના સુધી મોટરમાં જજે અને ત્યાંથી ટ્રેનમાં બેસજે.'

કમળાશંકર ચાલ્યો. પોલીસે છોકરીની ખૂબ તપાસ કરી પણ પત્તો ન લાગ્યો.

ફરી પંદર દિવસ પછી કમળાશંકર છૂપી રીતે મને મારી પેઢીમાં મળ્યો અને રોવા જેવો થઈ ગયો. મેં પૂછ્યું:

'શું થયું?'

'યાર, ફસાઈ ગયો, મામાએ એવું વિલ બનાવ્યું છે કે હું અમારા દૂરના એક સદ્‌ગૃહસ્થની છોકરીને પરણું તો જ મને વારસો મળે નહીંતર નહીં. મેં તો લગ્ન કરી નાખ્યાં છે!'

હું ચિડાયો, વેપારનાં મારાં સ્વપ્નાં ભાંગી પડ્યાં, મેં કહ્યું:

'કપાળ તારું; આમાં હું કંઈ મદદ કરી શકું એમ નથી.'

ફરી કમળાશંકરે રડતા અવાજે મારા કાનમાં કહ્યું:

'પણ છોકરીને ચોથો મહિનો જાય છે, શું કરું?'

* * *

૧૫ નવો તાલ

સંગીતશાસ્ત્રમાં ઘણી જાતના તાલ આપવામાં આવ્યા છે, જેવા કે ત્રિતાલ, ચૌતાલ વગેરે વગેરે, પણ હમણાં હમણાં આપણા સમાજમાં એક નવો જ તાલ પુરબહારમાં ચાલી રહ્યો છે. તાલથી સંગીત શોભે છે. પણ આજકાલ જે નવો તાલ વાગી રહ્યો છે એનાથી તો સમાજની આખી રચના તરત જ બેતાલ બની જાય છે. એ તાલનું નામ છે. હડતાળ! આ તાલમાં કેટલી માત્રાઓ છે અથવા તો સમય ક્યાં આવીને ઊભો રહે છે એનું જ્ઞાન કોઈને નથી. કોઈ નોકરને કાઢી મૂકો તો એનું મંડળ તરત જ આ તાલ શરૂ કરતું થઈ જાય છે અને કોઈ દેશનેતા પકડાયા તોપણ એ ચાલુ થઈ જાય છે. બીજું તો કંઈ નહીં પણ આ તાલ શરૂ થયા પછી ચારે બાજુ ધમાલ બોલી જાય છે.

આજે તો દેશના ખૂણે ખૂણે આ તાલ જ ચાલી રહ્યો છે. એ ક્યારે શરૂ થઈ જાય તે કહેવાતું જ નથી, અને ક્યારે પૂરો થશે તે જાણી શકાતું નથી; જીવનના દરેક ક્ષેત્રમાં આજે આ નવા તાલના પડઘા પડે છે, જાતજાતનાં યુનિયનો થાય છે, મંડળો થાય છે. કમિટીઓ નિમાય છે, સભાઓ થાય છે અને પછી હડતાલ શરૂ થાય છે. યુદ્ધ પછી હિંદુસ્તાનની સૂરત બદલાઈ ગઈ છે, લોકોના શ્વાસની ગતિ વધી ગઈ છે અને સૌ કોઈને પોતાના હક્કનું ભાન થઈ ગયું છે. દરેક વર્ગ પોતાનું સંગઠન કરી રહ્યો છે. આવી રહેલા નૂતન યુગના આ પ્રથમ અક્ષરો છે અને અત્યાર સુધી દબાઈ રહેલા વર્ગની આ વિરાટ ચીસ છે. એને કોઈ રોકી શકે એમ નથી. તેમ જ કોઈ દબાવી શકે એમ નથી. ઊઘડેલાં પુષ્પો જેમ કદી ફરી બિડાતાં નથી તેમ જાગી ઊઠેલો આ વર્ગ કદી પણ નિદ્રાધીન થવાનો નથી, હજારો માણસો 'ઇન્કિલાબ ઝિન્દાબાદ કરતાં નીકળી પડે છે. એ આજે ભલે

જોવા જેવો દેખાવ લાગે, પણ આવા દેખાવોની પાછળ એક જાતની શક્તિ વધી રહી છે. અને ધીમે ધીમે પ્રગટ થતી તથા તાકાત મેળવતી આ શક્તિ એક દિવસ એટલી પુરબહારમાં ખીલી ઊઠશે કે સત્તાનાં સિંહાસનો ઉપર બિરાજતી કોઈ પણ બેજવાબદાર સરકારને એ ઘડીના છઠ્ઠા ભાગમાં ધૂળ ચાટતી કરી મૂકશે.

ગયા શનિવારે રાત્રે અગિયાર વાગ્યે જ્યારે હું ભરનિદ્રામાં પડ્યો હતો, ત્યારે અમારા મકાનની પાછળ 'ઇન્કિલાબ ઝિન્દાબાદ! ઇન્કિલાબ ઝિન્દાબાદ!' એવા પોકારો પડવા શરૂ થયા અને હું જાગી ઊઠ્યો. શહેરના વાતાવરણમાં હવે તો દિવસના કોઈ પણ ભાગમાં આજે આ પોકાર સંભળાઈ ઊઠે છે. પહેલાં ક્રાંતિનો આ નાદ દિવસ દરમિયાન સંભળાતો હતો પણ હવે તો રાત્રે પણ 'ઇન્કિલાબ ઝિન્દાબાદ' સંભળાય છે.

હું મકાનની બારીમાંથી જોવા લાગ્યો અને જોયું તો મારા જેવા બીજા અનેક પ્રેક્ષકો મકાનોમાં ઊભા રહીને જોઈ રહ્યા હતા. શું હતું?

મુંબઈના દરેક કુટુંબના હાથપગ જેવા ઘાટી લોકો ભેગા થયા હતા અને હડતાળ પાડવાની વિચારણા કરી રહ્યા હતા. મને થયું કે આ વળી નવું! વાતવાતમાં આ લોકો મધરાતે 'ઇન્કિલાબ ઝિન્દાબાદ' બોલી રહ્યા હતા અને ઊંઘમાંથી જાગી ઊઠતા માનવીઓ વરંડામાં આવીને ઊભા રહેતા. બીજું તો કંઈ નહીં પણ સ્ત્રીઓના ચહેરા ઉપરના ભાવ બદલી ગયા હતા, ઘાટી વિના એક પળ ન ચાલે એવી શેઠાણીઓના હૃદયના ધબકારા આ પોકારો સાંભળીને વધી રહ્યા હતા.

અંગ્રેજ સરકારે જેમ દેશને તદ્દન પરાધીન બનાવી દીધો છે તેમ ઘાટીની આ સંસ્થાએ મુંબઈની શેઠાણીઓની દશા કરી છે અને આ ઘરઘાટીનું સ્થાન કુટુંબમાં કેવું જોરદાર છે એમનો ખ્યાલ અમને આવવા લાગ્યો.

સવારના પહોરમાં જ અમારો ઘાટી ગેરહાજર! જાણે ઘરના પગ ભાંગી ગયા હોય એવું વાતાવરણ થઈ ગયું. વરસના વચલા દિવસે મેં પ્રાઇમસ સળગાવ્યો પણ ચા તથા સાકર કયા ડબલામાં પડી છે એનો પત્તો જ લાગે નહીં! નાહવાનો સમય થયો પણ કપડાં ક્યાંય જડે નહીં!

આ હડતાળે તો મારી સવાર ખરેખર બેતાલ બનાવી દીધી. ઘરમાં સૌ કોઈ એકબીજાનાં કપડાં વિશે પૂછવા લાગ્યું, પણ કોઈને ખબર જ નહીં કે આજે સ્નાન કર્યા પછી શું પહેરવાનું છે. મેં તો નક્કી કર્યું છે કે ધોબીને ત્યાંથી કપડાં લઈ આવું પણ રસીદનો પત્તો જ ન લાગે! એ પણ ઘાટીએ ક્યાંક મૂકી હતી. ઘણી વાર અમારો ઘાટી ધોબી પાસેથી વગર રસીદે કપડાં લઈ આવતો તે મને યાદ આવ્યું અને હું ધોબી પાસે પહેલી વાર ગયો. કપડાં માગ્યાં પણ ધોબીએ સુણાવી દીધું કે:

'સાહેબ, હું તમને ઓળખતો નથી એટલે કપડાં નહીં આપી શકું.'

આફત છે ને! કંટાળીને ઘેર આવ્યો તો અમારો ઘાટી મને મળ્યો અને મેં પૂછ્યું:

'ક્યાં મર્યો હતો? મારાં કપડાં ક્યાં છે એ તો બતાવ.'

તેણે મારા હાથમાં એક નાનું ચોપાનિયું મૂક્યું અને જણાવ્યું કે, આ વાંચી જજો.'

'એ તો હું વાંચી જઈશ પણ ચા-પાણીનાં કપરકાબી તો ધોઈ નાખ.'

'સાહેબ, એ આજે નહીં બને. હું હડતાળ ઉપર છું, અમારું સરઘસ નીકળવાનું છે.'

એ તો ચાલ્યો ગયો અને હું મોં વકાસીને ઊભો રહ્યો. બાજુમાં જ રહેતાં પાનાચંદશેઠ અને એમની પત્ની વચ્ચે સવારના પહોરમાં જ ગરમાગરમ ધમાલ ચાલી રહી હતી. શેઠ કહેતા હતા:

'એક કપ ચા બનાવવી છે એમાં તો બસ તારે કપાળે પરસેવો આવી જાય છે. દેશમાં હતી ત્યારે તું બધું કામ કરતી તે ભૂલી ગઈ કેમ? બનાવ ચા જલદી, મારે જરૂરી કામે જવું છે.'

હું ત્યાં જઈ ચડ્યો એ આશાએ કે આપણો પણ ભાગ પાકી જશે. મેં બનાવેલી ચા કડવી ઝેર થઈ ગયેલી.

'કેમ કાકી!' કહેતો હું ઘરમાં દાખલ થયો અને જોયું તો પથારો પાથરીને કાકી બિચારાં ચા બનાવી રહ્યાં હતાં અને ખૂબ જ અકળાતાં હતાં. મને જોઈને એ બોલી ઊઠ્યાં, 'મારા રોયા ઘાટી હડતાળ ઉપર જતાં શીખી ગયા! આ કામ કોણ કરશે મારો બાપ?'

'લાવો હું મદદ કરાવું.' મેં કહ્યું: મદદમાં બીજું તો કંઈ નહીં પણ દૂર પડેલો એક કપ જરા પાસે કર્યો અને હું શેઠ પાસે ગયો, શેઠ બોલી ઊઠ્યા:

'સારું થયું કે આજે આ ઘાટી લોકો હડતાળ ઉપર ગયા, બસ કામ તો કોઈને કરવું જ નથી. સવારમાં ઊઠે તો દાતણ-પાણી તૈયાર, ચા તૈયાર, નહાવાનું પાણી તૈયાર, કપડાં તૈયાર, ખાવાનું તૈયાર, બસ બધું તૈયાર! કોઈ જાતની તકલીફ જ ન મળે! ખાઈ-પીને આખો દિવસ બેસી રહેશે અને સાંજે મોટરમાં ફરવા આવશે! શું બૈરાંઓની જિંદગી થઈ ગઈ છે! આમાં શરીર ક્યાંથી સારું થાય?'

એવામાં કાકી ચા લઈ આવ્યાં, જાણે મહાભારત કામ કરી નાખ્યું હોય! કાકા તો ભારે ગુસ્સામાં હતા, ચા આવ્યા પછી કાકીએ કહ્યું:

'વાસણ માંજવા માટે શું કરવું? કોઈ માણસ મોકલી આપજો.'

શેઠ બોલ્યા:

'આજે તો કોઈ નહીં મળે, તું બધું કરજે, એમાં કંઈ હાથ નહીં ઘસાઈ જાય.'

કાકીનું મોં ઊતરી ગયું, એ બોલ્યા વિના ચાલ્યાં ગયાં અને મેં તથા શેઠે વાતો કરતાં ચા પીધી, શેઠે કહ્યું:

'તારા સમ, આ લોકોને કોઈ પણ જાતનું કામ જ નથી કરવું, આખો દહાડો આપણે બહાર માથાકૂટ કરીએ અને ઘેર આવીએ ત્યારે શેઠાણી ટકટક કરે કે, "ઘાટી કામ નથી કરતો, બીજો લાવવો પડશે અથવા તો રસોઇયો માથે ચડી ગયો છે. હું તો કંટાળી ગઈ છું." બસ આ એમનું કામ! નોકરો ઉપર ટકટક કરવાનું. એક માણસ ઘરમાં નથી ટકતો! ક્યાંથી ટકે શેઠાણી પાસે નોકરોને કાઢી મૂકવા તેમ જ રાખવા સિવાય બીજું કોઈ કામ જ નથી રહ્યું.' ચા પૂરી કરી એટલે અમે બંને ઊઠ્યા અને જતાં જતાં શેઠે કહ્યું:

'રસોઈ વધારે કરજો. ચાર મહેમાન જમવા આવવાના છે.'

જેવા અમે ઘરના ઉંબર પાસે પહોંચ્યા કે તરત જ કાકીની ચીસ સંભળાઈ, બંને દોડી ગયા અને જોયું તો કાકીને મૂર્છા આવી ગયેલી! આવી મૂર્છામાં મને કંઈ બહુ દમ લાગ્યો નહીં એટલે હું તો ચાલ્યો ગયો.

મકાનના ખૂણામાં ચારપાંચ બૈરાંઓ ઊભાં હતાં અને વાતો કરી રહ્યાં હતાં. એક હતાં સરયુંબહેન! મુંબઈમાં આવ્યાં પછી, એ સ્ત્રી-સેવાનું કામ કરવા લાગ્યાં હતાં અને વખતના અભાવે તેમણે 'બૉબ્ડ હૅર' કરાવી નાખ્યા હતા. એ વારંવાર કહેતાં હતાં કે 'એટલું બધું કામ રહે છે કે વાળની માવજત કરવાનો વખત નથી રહેતો એટલે મેં ટૂંકાવી નાખ્યા.'

વાત એમ હતી કે સરયુંબહેનને પોતાનું ભાન ન હતું કે પોતે શું પ્રવૃત્તિમાં મચી રહ્યાં છે, આખો દિવસ ઘરની બહાર ફરતાં અને એમનાં ત્રણ છોકરાંઓને ઘરની આયા તથા ઘાટી સંભાળતાં.

આજે આયા પણ આવી ન હતી એટલે ત્રણ છોકરાં સાચવતાં એમને નાકે દમ આવી ગયો હતો, એ કહેતાં હતાં:

'આ ઘાટી લોકો એના મનમાં સમજે શું? મારે સમાજસેવા કરવી કેવી રીતે? આમ તે કંઈ ઉદ્ધાર થતો હશે! હડતાળ ઉપર જવું હતું તો એક મહિનાની નોટિસ તો આપવી જોઈએ ને! શું આપણે ઘરકામ કરનારા નોકરો છીએ? મેં તો એમને જણાવી દીધું છે કે લૉજમાં જમી લેજો. હું પણ પુરોહિત હોટેલમાં ખાઈ લઈશ.'

આમ સમાજ-સેવિકા શ્રીમતી સરયુબહેન ભાષણ કરી રહ્યાં હતાં ત્યાં એમના ઓરડામાંથી એમના પતિ બહાર આવ્યા અને કહ્યું:

'તું અહીં ભાષણ આપી રહી છે, પણ કીકો મૂતર્યો છે એનું શું?'

વીજળીની જેમ બહેન ગુસ્સામાં અંદર ચાલી ગયાં અને પતિને ધમકાવવા લાગ્યાં:

'કીકો મૂતર્યો છે એવું કહેતાં તમને શરમ ન આવી?'

'પણ છોકરાં મૂતરે એમાં શરમ શાની?'

'બધાની વચ્ચે એવું તે કહેવાય? તમારે સાફ કરી નાખવું હતું ને?'

'મને એ ન આવડે.'

'તો શું મારું કામ છે? છોકરો તમારો નથી?'

'છે. પણ આ બાબતમાં હું કંઈ ન જાણું.'

'વાહ રે વાહ! રમાડવો હોય તો તમારું કામ અને મૂતરે તો સાફ કરવાનું મારું કામ! હું કંઈ આયા નથી સમજ્યા? પુરુષોએ ઘણા દિવસ અમારા ઉપર ગુલામી ચલાવી પણ હવે એ જમાનો ચાલ્યો ગયો છે.'

પતિદેવ કપાળે હાથ દઈને બેસી રહ્યા, ભાષણ ચાલુ રહ્યું અને કીકો પુરબહારમાં રડતો હતો. થોડી વારમાં તો કીકાના વાંસા ઉપર સરયુબહેને બે ધબ્બા લગાવી દીધા. પોતે ઘરની બહાર નીકળ્યાં કે મોટી છોકરીએ કહ્યું:

'બા તમે ક્યારે પાછાં આવશો? મને ભૂખ લાગી છે.'

બહેન ચિડાઈ ગયાં, કોઈ પણ બાળક એમને બા કહે એ ગમતું નહીં, ત્રણ વર્ષની આ છોકરીએ એમને બા કહ્યું એટલે તે ક્રોધમાં બોલી ઊઠ્યાં:

'મેં તને હજાર વાર બા કહેવાની ના પાડી છે તે ભૂલી ગઈ? "મમ્મી" કહેવું જોઈએ.' પછી સરયુબહેને છોકરીનો કાન પકડ્યો અને કહ્યું:

'બોલ મમ્મી મને ભૂખ લાગી છે.'

બિચારી છોકરી બોલી, 'મમ્મી મને ભૂખ લાગી છે.'

બહેનનું હેત ઊભરાઈ ગયું અને બોલ્યાં:

'જા તારા પપ્પાને કહે, ખાવાનું આપશે.'

સરયુબહેન ચાલ્યાં ગયાં. છોકરાઓ અને પતિને મૂકીને તે કોની સેવા કરવા ચાલ્યાં ગયાં એ હું જાણતો નથી. પણ ઘાટીની ગેરહાજરીએ બધાનું મગજ કેવું ઊથલપાથલ કરી મૂક્યું છે એનો મને ખ્યાલ આવી ગયો. નોકરની મદદ ઉપર જીવનારો આ શેઠાણી-સમાજ કેટલો બધો અકળાઈ પડ્યો છે એનું ભાન મને પહેલી જ વાર થયું:

અને આ ઘાટી પાસેથી આપણે કેવું કામ લઈએ છીએ? મારો મિત્ર એક ઑફિસમાંથી આવે છે કે તરત જ કોટ કાઢીને ઘાટીના હાથમાં મૂકી દે છે અને પછી બૂમ પાડે છે કે:

'ચા બનાવ! મારું માથું દુઃખી ગયું છે.'

હાથે કામ કરવું કોઈને ગમતું નથી અને તેથી જ મધ્યમ વર્ગની, ઊંચા વર્ગની સ્થિતિ ગુલામી ભોગવે છે. તંદુરસ્તી ગુમાવે છે અને પરિણામે કામ કરવા પ્રત્યે એક જાતની સૂગ કેળવે છે. આ દશાને લીધે જીવન આખું તકલાદી બની ગયું છે. અને એમાંથી સુવાસ ઊડી ગઈ છે.

નોકરો ઉપર પળેપળે ચાલતું જીવનનું ઘડિયાળ કદી પણ સાચો વખત નહીં જણાવી શકે. ઘરની નાની નાની બાબતો વિશે આજે આ ઘાટી ઉપર આધાર રાખવો પડે છે. સવારના પાંચથી રાતના દશ સુધી એ તમારી તહેનાતમાં ઊભો રહે છે અને તમારા હુકમોનું પાલન કરે છે. આવી જાતના હું વિચાર કરતો હતો ત્યાં મારા મિત્ર કિસનભાઈ મળ્યા. તેણે કહ્યું:

'હવે તારી ભાભીની તબિયત સુધરી જશે.'

'કેમ?'

'બાથરૂમમાં કપડાં ધોયાં પછી એને સખત ભૂખ લાગી છે. રોજ ભૂખ લગાડવા માટે દવાઓ ખાતી પણ આજે એને ભાન થયું છે કે શારીરિક મહેનત એ જ ખરી દવા છે.'

મેં કહ્યું: 'પણ આ સમજે છે કોણ?'

'સમજે, જો આ હડતાળ ચાલુ રહે તો. હડતાળ પાડીને ઘાટી લોકોએ એક મોટો ઉપકાર કર્યો છે.'

હું જોઈ શક્યો કે દરેક પુરુષને હડતાળ પસંદ હતી અને દરેક સ્ત્રી એને ધિક્કારતી હતી.

આવી રીતે સાંજ પડી ગઈ અને હું મારા દીવાનખાનામાં બેઠો હતો ત્યાં પાનાચંદશેઠ આવ્યા, અને મને પૂછ્યું:

'તારી પાસે ઝામબુક છે?'

શેઠ બોલ્યા: 'હા ભાઈ, વાસણ માંજ્યાં પછી તારી કાકીના હાથમાં ફોલ્લા પડી ગયા છે. હવે તું જ કહે કે આવી સ્ત્રીઓના પેટે શિવાજી ક્યાંથી પાકે?'

[સમાપ્ત]

* * *